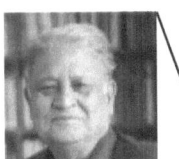

व्यंकटेश माडगूळकर

हस्ताचा पाऊस

मेहता पब्लिशिंग हाऊस

HASTACHA PAUS
by VYANKATESH MADGULKAR

हस्ताचा पाऊस / कथासंग्रह
व्यंकटेश माडगूळकर
Email :
author@mehtapublishinghouse.com
© ज्ञानदा नाईक
मराठी पुस्तक प्रकाशनाचे हक्क
मेहता पब्लिशिंग हाऊस, पुणे.

प्रकाशक
सुनील अनिल मेहता,
मेहता पब्लिशिंग हाऊस,
१९४१, सदाशिव पेठ,
माडीवाले कॉलनी, पुणे - ३०.

अक्षरजुळणी
इफेक्ट्स, २१/६ब,
कोथरूड, पुणे - ३८.

मुखपृष्ठ व मांडणी
चंद्रमोहन कुलकर्णी
मुखपृष्ठावरील
लेखकाचे छायाचित्र
शेखर गोडबोले

प्रकाशनकाल
ऑक्टोबर, १९५३ /
जानेवारी, १९६५ / जानेवारी, १९८३ /
१५ ऑगस्ट, १९९६ /
१५ ऑगस्ट, २००६ /
१५ ऑगस्ट, २०१० /
मेहता पब्लिशिंग हाऊस यांची
सातवी आवृत्ती : मे, २०१२ /
एप्रिल, २०१३ /
पुनर्मुद्रण : ऑगस्ट, २०१७

P Book ISBN 9788184983722
E Book ISBN 9789386888105
E Books available on :
play.google.com/store/books
www.amazon.in/b?node=15513892031

अनुक्रम

१. देवा सटवा महार / १

२. वडरवाडीच्या वस्तीत / ११

३. पडकं खोपटं / १९

४. काळ्या तोंडाची / ३४

५. एकटा / ४०

६. पोकळी / ४७

७. वसाण / ५६

८. विपरीत घडले नाही! / ६६

९. हस्ताचा पाऊस / ७४

१०. मायलेकराचा मळा! / ८०

११. असंच... / ९०

१२. त्याची गाय व्याली / ९५

सुरुवातीच्या आठवणी

मी दहा-अकरा वर्षांचा होतो. दादांची बदली किन्हई गावी झाली. सुंदर गाव होते. गावाच्या मधून वांगना नदी वाहत होती. नदीच्या दोन्ही काठांनी गर्द झाडी होती, दगडी बांधणीची शांत देवळे होती. गावाच्या जवळ डोंगर होता, गावासभोवार फळाफुलांच्या गर्द बागा होत्या. या किन्हई गावात मंदिरे तरी किती होती! प्रशस्त, शांत असे राममंदिर होते. डोंगरावर यमाई देवीचे मंदिर होते.

मी किन्हईला घालविलेल्या दिवसांना बसरा जातीच्या गुलाबाचा सुगंध आहे. सनईचौघड्याच्या संगीताने पहाटे जाग येई. सर्वत्र थंड धुके पसरलेले असे. दवाने पाय ओले करीत नदी ओलांडून पलीकडे असलेल्या बागेत जावे; निशिगंधाची, गुलाबाची, जास्वंदीची लख्ख उमललेली फुले पाहताच स्वत:च उमलायला होई!

नवरात्र उत्सवात मोठमोठे कीर्तनकार येत. रामाच्या प्रशस्त सभामंडपात कीर्तन उभे राही. गावातील प्रतिष्ठित स्त्रीपुरुष तांबड्या जाजमाच्या बैठकीवर बसून भक्तिभावाने कीर्तनश्रवण करीत. वहिवाटदाराचा मुलगा असल्यामुळे मला पुढे जागा मिळे. नक्षीदार दगडी खांबाला लागून घातलेल्या मऊ सफेद गादीवर बसून लोडाला टेकल्या टेकल्या मी कीर्तन ऐकत असे.

हे कीर्तनकार मोठे कसबी लोक असत. महाभारतातील, रामायणातील, पुराणातील कथाभाग ते असा रंगवून सांगत की, भान हरपून जाई. घटकेत डोळ्यांतून पाणी येई. घटकेत हसू येई. जेवणाच्या पंगतीचे वर्णन

करणारा कटाव चालू झाला की, रात्री बारा वाजता भूक लागे. युद्धाचे वर्णन सुरू झाले की, बसून ऐकण्याऐवजी उठून उभेच राहावे वाटे.

देवळात उभे असलेले संगमरवरी राम, सीता, लक्ष्मण, हनुमान या सर्वांना हे कीर्तनकार हलतीबोलती माणसे करून टाकत. त्या देवांचे बोलणे ऐकता येई. त्यांच्या वस्त्रांची सळसळ ऐकू येई, रंग दिसे. अयोध्येतील उंच उंच गोपुरे दिसत. हनुमानाचा बुभुःकार कानावर पडे. अंगावर कसा काटा उभा राही!

किन्हईच्या प्रचंड राजवाड्यात राहायला जाण्याअगोदर रामाच्या देवळानजिकच्या एका घरात आम्ही भाड्याने राहत होतो. या घरचा मालक परगावी होता. त्याने आपल्या घराच्या माळ्यावर एक भलेमोठे खोके बंद करून ठेवलेले होते. या घरात राहायला गेल्यागेल्या खटपट करून मी माळ्यावर चढलो, पण खोके पक्के बंद केलेले होते.

रात्री जेवताना हा शोध मी आईदादांना सांगितला. तत्काळ दादांना वाटले की, हे पोर खोके फोडल्याशिवाय राहणार नाही. त्यांनी करारी आवाजात बजावले, ''हां, माळ्यावर मुळीच जायचं नाही. मालकाच्या कुठल्याही वस्तूला हात लावायचा नाही. लावलास, तर मार मिळेल पडोस्तवर!''

चार-पाच दिवस मी कसेबसे घालवले. मग मात्र वडिलांची आज्ञा पाळणे अशक्य झाले. खोके डोक्यातून जाईना. शेवटी, मार खावा लागला तरी बेहत्तर आहे, पण खोके फोडून आत काय आहे हे बघायचेच, असा निश्चय करून मी माळ्यावर गेलो. उलथन्याने खिळे उचकटून खोक्याच्या लाकडी पट्ट्या काढल्या. एक फळी काढली. घम्मकन पुस्तकांचा वास आला.

आत शिस्तशीर लावलेली पुस्तके होती. हरि नारायण आपटेंच्या कादंबऱ्या, नारायण हरि आपटेंची पुस्तके, नाथमाधवांचे 'वीरधवल', 'मुक्तामाला', 'ठकसेन', 'राजपुत्राच्या गोष्टी', 'हातीमताई', 'पंचतंत्रा'चे मराठी भाषांतर, 'माझी जमीन' हे नाटक, 'शिपाई' कादंबरी, मोरोपंतांची बरीच रामायणे, 'गोविंदाची गोष्ट' अशी कितीतरी पुस्तके या खोक्यात मला मिळाली! यातले कोणते पुस्तक मी प्रथम वाचले, हे मला आता आठवत नाही; पण ते फार सुरस आणि चमत्कारिक असले पाहिजे. कारण एकएक करीत मी हे सगळे खोके उडवले. पंतांची रामायणेसुद्धा वाचली. या खोक्यापासून सुरू झालेला माझा वाचनाचा नाद पुढे कधीच कमी झाला नाही.

माझे वडीलबंधू ग. दि. माडगूळकर हे त्या काळी औंधाला हायस्कुलात शिकत होते. 'विनय' नावाचे एक मासिक औंधाला निघे, त्यात त्यांच्या कविता छापून येत. काही लेख, गोष्टीही येत. त्याचे मला फार वाटे. थोर माणसांनाच लिहिता येते,

त्यांची नावे छापून येतात आणि जे फारच थोर असतात, त्यांची पुस्तके छापून तयार होतात, हे मला कळून आले. सुट्टीच्या दिवसांत अण्णा किन्हईला आले की, येताना बरीच पुस्तके, मासिके घेऊन येत. मला वाचायला मिळे. एकदा 'काव्यकुंज' नावाचा एक संग्रह अण्णांनी मुद्दाम औंधाहून मला पाठवून दिल्याचे आठवते. या संग्रहातील कविता मी अनेकवार वाचून पाठ केल्या होत्या. 'चि. व्यंकटेश यास' वगैरे लिहून खाली 'अण्णा' अशी सही असलेले हे पुस्तक अनेक वर्षे मी जपून ठेवलेले होते.

प्रभाकर खेर नावाच्या माझ्या बालमित्राकडे सातारहून त्याचा कोणी मामा आला. त्याने येताना नाथमाधवांच्या कादंबऱ्या आणल्या होत्या. मामा वाचीत होते ती कादंबरी मी पाहिली आणि आपणही वाचावी, असे फार वाटले. धीर करून मामांना विचारलेही, पण त्यांनी धुडकावून लावले. दुपारी कादंबरीत खूण घालून मामा जेवायला खालच्या मजल्यावर गेले की प्रभाकर म्हणे –

''आता वाच!''

मी अधाशीपणे वाचू लागे. प्रकरण ऐन रंगात आले की, जेवून वर येणाऱ्या मामांची पावले जिन्यावर वाजत आणि मला अर्ध्या पानावरून उठावे लागे.

हा मामा दुष्ट मनुष्य आहे, अशी माझी पक्की खात्रीच झाली. कारण आणलेली पुस्तके बरोबर घेऊन तो लवकरच सातारला निघून गेला.

काळात काही गल्लत होत असेल, पण अण्णा कुंडलला असल्याचे मला स्मरते. ते कविता लिहीत, नाटके लिहीत; ती बसवीतही. हस्तलिखित मासिक काढीत. 'स्फूर्ति' नावाचे एक मासिक घरी येई. दोन-तीन मैलांवर असलेल्या किर्लोस्करवाडीला प्रकाशित होणारी 'स्त्री', 'किर्लोस्कर' ही मासिके बघायला मिळत. शिवाय, रायगावकर नावाचे एक मिशीवाले शिक्षक लेखकही होते. अण्णांच्या मागोमाग मी त्यांच्या घरी जाई. 'सरदार मनचौंगाच्या सफरी' या सदराखाली रायगावकरांनी लिहिलेल्या गोष्टी वाचून मी थक्क होई.

'श्रेष्ठ मनुष्य आहे. कसं बुवा यांना सुचतं?'

आमचे अण्णा काय, रायगावकर काय, 'दाजी' लिहिणारे किर्लोस्करवाडीचे ताम्हनकर काय सगळे मोठेच लोक!

एकदा रुबाबदार, उंचेपुरे असे शं. वा. किर्लोस्कर आमच्या शाळेत आले.

'किर्लोस्कर'चे संपादक आणि प्रसिद्ध चित्रकार अशी मास्तरांनी ओळख करून दिली. जणूकाही आम्हाला माहीतच नव्हते.

फळ्यावर मोठमोठे ड्रॉईंग पेपर चिमट्याला लावले होते. हातात रंगीत खडू घेऊन शं.वा.किं.नी गोल काढला. अगदी भर्रकन! एक गोल, मग त्या गोलाला वर कान, खाली मोठा गोल आणि त्याला शेपूट. मुलांनो, काय हे?

"अरे, पाठमोरं बसलेलं मांजर!"

वाहवा! कितीतरी कोरे करकरीत ड्रॉईंग पेपर नासून शं.वा.किं.नी भराभर चित्रे काढून दाखवली. मला त्या क्षणी वाटले, 'आमचे अण्णा, ताम्हनकर, रायगावकर या सर्वांपेक्षा शं.वा.कि. श्रेष्ठ!

'आपल्याला अशी चित्रे काढायला आलीच पाहिजेत.'

वाचन वगैरे सगळे सोडून मी चित्रे काढू लागलो. ड्रॉईंगच्या दोन परीक्षा दिल्या. तेवढ्यावरच आमचे कलाल मास्तर म्हणाले, "तू चांगला चित्रकार होशील!"

"शं.वा.किं. सारखा?"

"हो, काय अवघड आहे?"

पण तेवढ्यात दादांची नोकरीच संपली होती. माझी शाळाही संपली. सगळे माडगूळला आलो. वाण्याच्या दुकानाची आणि काही विकत घ्यावयाला लागणाऱ्या पैशाची माडगूळला वानवा होती.

हळूहळू रंगीत पेटी संपून गेली. कागद संपले. रबर झिजले.

दादांनी पुतळी नावाची एक खिलारी कालवड विकत आणली. ती चांगली गोल गरगरीत झाली पाहिजे, सगळ्या गावात उजवी झाली पाहिजे, असे माझ्या मनाने घेतले. सकाळ-दुपार पुतळीला घेऊन मी पडीक राने हिंडू लागलो. सोबतीला कुरवाड्यांची पोरे होती. गुरे पडकात लावून झाडे वेंघायची. दुपारी विहिरीत डुंबायचे. गप्पागोष्टी करीत झाडाच्या सावलीला बसायचे. झोप आली, तर तोंडावर टोपी ठेवून झाडाखाली झोपायचे. पाखरांची कोटी तपासायची. ओढ्यात मासे धरायचे.

संध्याकाळी परत आल्यावर जेवून देवळासमोर जायचे. चांदणे असले, तर सूरफाट्या खेळायच्या, लेझमीचे दोन डाव टाकायचे. जेव्हा तेव्हा फिदीफिदी हसायचे. वडीलधाऱ्यांची, बरोबरीच्यांची टिंगल करायची.

मारुतीच्या देवळात पोथी चाले. श्रीधराचे ग्रंथ वाचले जात. सगळे आग्रह करीत, "व्यंकटेशा, तू वाच. चांगलं वाचतोस."

पटावर बसून अंधूक प्रकाशात पोथी वाचायची. गोपाळ मास्तर अर्थ सांगायचे. देऊळ गच्च भरायचे. खाली अंगणात महार, रामोशी, मांग गर्दी करायचे.

पोथी संपली की, प्रसाद वाटला जायचा. रताळ्याच्या वाळल्या काचऱ्या, कच्चे शेंगदाणे असे काहीबाही असायचे.

आमच्या माडगूळच्या घराला मोठे अंगण होते. चांदणे असले की, अंगणात

सतरंजी टाकून घरबार गप्पात रंगे.

दादा गोष्टी सांगण्यात फार वाकबगार होते. भुताखेतांच्या, चकव्याच्या, चोरी-दरवड्याच्या आठवणवजा हकिकती ते फार रंगवून सांगत. गोष्टीची सुरुवात नेहमी निसर्गवर्णनाने होई. म्हणजे असे :

"आषाढाचा महिना. दिवस मावळताना शेटफळ्यास्नं यायला निघालो. आभाळ भरलेलंच होतं. पारूबाईच्या तळ्याच्या थोडं अलीकडं आलो आणि झिमझिम पावसाला सुरुवात झाली. म्हादू बकूच्या रानात आलो आणि गडद काळोख झाला. पायाखालची वाट सुटली. चालतोय, चालतोय, चालतोय तरी काळं रान काही आवरेना. मग मात्र हबकलो. म्हटलं गड्या, तू चुकलास बरं का!"

दादांचे निवेदन फार परिणामकारक असे. बारीकसारीक तपशील भरून, आवाजात चढउतार करून, मध्येच गप्प राहून ते गोष्ट फार चांगली सांगत. उत्सुकता शिगेला जाई. काळ्या रानातून, चिखलातून, पावसातून आपणही चाललो आहोत आणि एकाएकी कुणी अनोळखी माणूस मागून येतो आहे, असे वाटे. पावले ऐकू येत.

गोष्ट संपली, निजानिज झाली, तरी मला झोप येत नसे. दादांच्या गोष्टीतून बाहेर निघायला फार वेळ लागे.

दादा नसले, म्हणजे आई गोष्टी सांगे. श्रावणमासात माझ्या हातावर चार जोंधळे ठेवून कहाणी सांगे.

"...मावशीच्या गावी गेला. तिनं कोहळा पोखरला, हिऱ्यामाणकानं भरला. हाती देऊन म्हटलं, 'जा बाबा, तुझं नशीब फळलं.' तळ्याच्या पाळी आला. कोहळा ठेवला. पाणी प्यायला उतरला. कोहळा गडगडत जाऊन तळ्यात पडला. दैवानं दिलं ते कर्मानं नेलं; कर्माचं फळ अधिक झालं." आईने सांगितलेल्या ह्या कहाण्यांचा मनावर फार गडद असा परिणाम होई. कोवळ्या-कातर आवाजात आई कहाणी सांगे. साऱ्या कहाण्यांतून माणसाला भोगायला लागणारे दु:ख असे. त्याच्या नाना परी असत.

राजाराणीच्या सुंदर लोककथाही तिला येत; पण त्याहीपेक्षा ती आपल्या बालपणीच्या आठवणी सांगे, त्या फार फार छान असत. या आठवणींतल्या घटना साध्यासुध्या असत, पण त्यातल्या व्यक्ती विलक्षण असत. भुताबरोबर निर्भयतेने चालणारे, विषारी नागाला मंत्र टाकून जागच्या जागी खिळवणारे, मंत्रविद्येची साधना करणारे तिचे वडील; तिची नक्षत्रासारखी सुंदर, गोरीपान, नाजूक, विलक्षण मायाळू आणि सोशिक अशी आई; फार लहानपणी देवध्यानी लागलेला, पुढे घरातून पळून जाऊन बारा वर्षे तीर्थयात्रा केलेला तिचा भाऊ; गोपाळ पाटलाच्या डोक्यात धोंडा घालून खून झाल्यावर आपल्या अंगाशी काही भानगड येईल म्हणून तीन महिने वैरणीच्या गंजीत लपून राहिलेले माझे आजोबा – या व्यक्ती कालवश होऊन

कितीतरी वर्षे झालेली. त्या कुणाला आम्ही पाहिलेही नव्हते, पण माझी आई या साऱ्या व्यक्ती आमच्या डोळ्यांसमोर जिवंत उभ्या करीत असे.

आणि रानमाळात माझ्याबरोबर येणारा एक रामा होता, त्याला कितीतरी गोष्टी येत. आपल्या अशा खास भाषेत तो त्या गोष्टी मला ऐकवी. त्याची सांगण्याची पद्धत अशी की, जागोजाग मला फार हसू येई आणि मी हसताना बघून तोही दुमतातिमता होऊन हसे. मला म्हणे, ''तुमचे हसू बघून मला हसे येते.''

मुसलमानाचा अकबऱ्या होता, महाराचा लखू होता, किन्हईला राजवाड्याच्या देवडीवर झोपणारा राखणदार बळी रामोशी होता, एक शिंद्याचा गुलब्या होता. हे सगळेच लोक गोष्टीवेल्हाळ होते. त्यांनी कितीतरी लोककथा, आठवणी, किस्से ऐकवले आहेत.

मी पुढे लिहिलेली ती 'बळीची गोष्ट' आणि 'भानाचे भूत' या बळी रामोशानेच सांगितलेल्या. 'त्याची गाय व्याली' ही रामाची स्वत:ची गोष्ट आणि 'फक्कड गोष्ट' ही रामाने सांगितलेली गोष्ट!

किन्हईचे कीर्तनकार, राखणदार बळी रामोशी, दादा-आई, रामा आणि बरोबरीची पोरे या सर्वांनी गोष्ट कशी सांगावी हे मला सांगितले.

माडगूळला असतानाच माझी शाळा पुन्हा सुरू झाली. माडगूळ ते आटपाडी हे पाच मैलांचे अंतर पायी चढून मी पुन्हा शिकू लागलो. हायस्कूलचे वाचनालय बरे होते. त्यातील बरीच पुस्तके मी वाचून काढली. शाळासोबत्यांच्या संगतीने जत्राखेत्रा पाहिल्या. तमाशाचे फड ऐकले. आटपाडीपासून सात मैलांवर असलेल्या दिघंची गावी जत्रा असे. रोज नवे-नवे फड उभे राहत. संध्याकाळी शाळा सुटली की, आम्ही दोघे मित्र घरी जाण्याऐवजी सात मैल तुडवून दिघंचीला जात असू. पहाटे तीनपर्यंत तमाशा पाहून पुन्हा सात मैल परत येत असू. सकाळी वेळेवर शाळेत हजर होत असू. सात दिवस चाललेली आमची ही यात्रा पाहून आठव्या दिवशी प्रार्थनेनंतरच्या बौद्धिकात आमचे मुख्याध्यापक सर्व मुलांना म्हणाले, ''आपल्या शाळेत हे दोघे महापुरुष आहेत. एवढे कष्ट जर त्यांनी शिक्षणापायी घेतले, तर काही भले तरी होईल!''

हायस्कूलमध्ये असताना मी काव्य फार वाचीत होतो. भा. रा. तांबे, गडकरी, केशवसुत, सावरकर यांचे संग्रह मी पुन:पुन्हा वाचून काढले होते. त्यातील कित्येक कविता मला तोंडपाठ येत होत्या. बरोबरीच्या मित्रांना मी धुंद होऊन त्या म्हणून दाखवत असे. माझ्या मित्रांपैकी कोणालाही काव्यात रस नव्हता, वाचनाचे वेडही नव्हते; पण त्यांचा सोशीकपणा श्रेष्ठ प्रतीचा होता. माझी सगळी बडबड ते ऐकून घेत.

आटपाडीला ओढ्याकाठी एक जुनापुराणा वाडा होता. या वाड्यात खादीभांडाराचे चालक राहत. बेचाळीस ऑगस्टचा लढा सुरू झाला होता. देशासाठी प्राणार्पण करण्याच्या ऊर्मीने मी भारावून गेलो होतो. भांडारात कोण-कोण चळवळे लोक येत. तिथे जावे वाटे.

जुन्या वाड्यात एकदा मी गेलो आणि सांगलीचा तुरुंग फोडून पळून आलेले पाचसहा राजबंदी तिथे राहिले होते, याचा पत्ता मला लागला. हे लोक मुळीच बाहेर पडत नसत. चालकांकडून मला कळले की, ते फार महत्त्वाचे कार्यकर्ते होते. हळूहळू परिचय झाला आणि एके दिवशी त्यातील प्रमुखाने मला आपल्या पलायनाची हकिकत सांगून म्हटले, "अशी गोष्ट लिहिशील का?"

गोष्ट ऐकून मी शहारून गेलो होतो.

"हो. उद्या लिहूनच आणतो."

मी लिहिलेली गोष्ट – सत्यकथाच – ह्या भूमिगतांना फार पसंत पडली. त्यांनी ती कुठेतरी पाठवून दिली. तिच्या हजारो प्रती निघाल्या. सर्वत्र वाटल्या गेल्या. चालक मला म्हणाले, "तू लिहिलंस ते अण्णांना फार आवडलं."

मी विचारले, "अण्णा कोण?"

"आमचे म्होरके! मोठे कार्यकर्ते आहेत."

"मग माझा काही उपयोग होईल का? मी तुम्ही सांगाल ते लिहीन."

"या लोकांच्याबरोबर जाशील का?"

"हो."

आणि खरोखरीच एके दिवशी मी सगळे सोडून त्या लोकांबरोबर निघून गेलोही.

लिहिले काही नाही. तीन वर्षे भटकण्यात गेली. कुठे कुठे हिंडलो, कुठे कुठे राहिलो. नाना प्रसंग, नाना माणसे पाहिली.

पंचेचाळीस साली मी पुन्हा शाबूत असा माडगूळला आलो. आता पुढे काय करावे काही सुचेना.

मधल्या भ्रमंतीत कोल्हापूरला असताना पेंटिंगच्या क्लासला गेलो होतो. तैलचित्रे काढायला शिकलो होतो. अण्णा तेव्हा कोल्हापूरला होते. कवी म्हणून त्यांचे नाव झाले होते. घरी वाङ्मयीन वातावरण होते. कोल्हापूरला मी खूप वाचलेही. नेमके काय काय ते आठवत नाही. पण श्री. म. माटे, र. वा. दिघे यांचे लेखन मी याच वेळी वाचले असावे. ते मला खूप आवडले होते. विशेषतः माटेंनी माझ्यावर चांगलीच छाप टाकली होती. त्यांच्या लेखनात नुसती सहानुभूती नाही, अनुभूतीही आहे, हे मला जाणवले होते.

माडगूळ सोडून आमचे कुटुंब आता आटपाडीला आले होते. इथे कोष्टे

गल्लीतील एक जुनाट खोली भाड्याने घेऊन मी मित्रांची तैलचित्रे काढली. मैलाचे धोंडे रंगविण्याचे काम केले (रामा मैलकुली तेव्हाच भेटला.). हॉटेलच्या पाट्या रंगवल्या. प्राथमिक शाळेत शिक्षकाची नोकरी केली. (तिथे 'झेल्या' भेटला.) कविता केल्या. लेखगोष्टी लिहिल्या; पण धड काहीच जमले नाही. फार कंटाळलो. माझे मन कशातच रमेना; तरीपण चव शाबूत होती हे बरे!

किर्लोस्करवाडीला जाऊन काही महिने चित्रकाराची नोकरी केली, तीही जमली नाही. एक रुपया रोजावर होतो. इतर कामगारांच्या घोळक्यातून जाऊन बिल्ला वगैरे द्यावा लागे. त्या गर्दीत एकदा कुंडलच्या एका ओळखीच्या कामगाराची गाठ पडली आणि माझ्याकडे पाहताच, गर्दीतच तो म्हणाला, "अरेरे, तू रे कशाला आलास इथं!"

मला भलतेच वाईट वाटले.

वाडीचे वातावरण छान होते. लेखक लोक येत-जात, पण माझ्या लहानपणामुळे मी कुणाला भेटू शकलो नाही.

ही नोकरी सोडून मी पुन्हा माडगूळला आलो. ड्रॉइंग मास्तरची नोकरी कुठे मिळते का, म्हणून या-त्या गावी हेलपाटे घातले. कुठे काही जमले नाही. बरे झाले.

लघुकथा, कादंबरी याकडे वळण्यापूर्वी बरेच लोक कविता का लिहितात? हा त्या वयाचा परिणाम असतो का? माझ्यापुरते मला वाटते की, अण्णा कवी होते, या कारणामुळे मीही तशी खटपट करून पाहिली. 'सत्यकथा', 'अभिरुचि', 'समीक्षक' यामधून माझ्या काही कविता प्रसिद्ध झाल्याचे मला आठवते. लवकरच ही खटपट मी सोडून दिली, पण त्या नादात वेळ बरा गेला. मी सारखा दौतटाक घेऊन कविता लिहीत बसलेला असे. रात्री कंदील फार वेळ जाळता येत नसे, त्यामुळे रात्र होऊ नये असे वाटे. काही लहानसहान गोष्टीही मी या काळात लिहिल्या. त्यांचे विषय काय होते हे मला आता आठवत नाही. 'किर्लोस्कर', 'मनोहर' मासिकांना पाठविलेल्या या गोष्टी, लेख साभार परत येत असत. फुटकळ मासिकांतून काही लेखन प्रसिद्ध झाल्याचेही स्मरते. हे सगळे लेखन भिकारच असले पाहिजे. ते परत आल्याचे किंवा प्रसिद्ध झाल्याचे फार दु:ख किंवा फार सुख मला कधी झाले नाही.

माडगूळला फार कंटाळा आला की, कोल्हापूरला अण्णांकडे येऊन मी दोनदोन महिने राहत असे. खूप वाचीत असे. हे सगळे वाचन कथा, कादंबऱ्या, कविता, आत्मचरित्र, चरित्र असले असे. कोल्हापूरला चित्रकार शि. द. फडणीस आणि सरवटे नेहमी भेटत. एक कपड्याचे दुकान होते. तिथे आमचा अड्डा असे. कुठे काय नवीन प्रसिद्ध झाले आहे, अमक्यातमक्याने काय छान लिहिले आहे अशी वाङ्मयीन चर्चा चाले. बरे वाटे. चांगला काळ होता. कविता पिऊन धुंद होता येत होते.

बडोद्याला निघणारे 'अभिरुचि' मासिक तेव्हा फार नावाजलेले होते. पु. ल. देशपांडे, मं. वि. राजाध्यक्ष, गंगाधर गाडगीळ, गो. रा. दोडके, गो. के. भट, ना. गो. कालेलकर ही मातब्बर मंडळी 'अभिरुचि'त लिहीत. 'अभिरुचि'चा प्रत्येक नवा अंक म्हणजे मला एक चमत्कार वाटे. इतर मासिकांत कविता हा प्रकार कुठेतरी गद्याच्या वळचणीला अंग चोरून उभा असे. कविता जाहिरातीसारख्या इथेतिथे छापल्या जात. अगदी सुरुवातीलाच, पहिल्या पानापासून घोळक्याने कविता छापण्याची धिटाई 'अभिरुचि'ने प्रथम दाखविली. ना. घ. देशपांडे, अनिल, भा. रा. लोवलेकर, वसंतराव चिंधडे, बा. सी. मर्ढेकर यांच्या सुंदर सुंदर कविता 'अभिरुचि'त येत. नुसत्या सुंदर कविताच नाही, तर गद्यही. कुसुमावतीबाईंचे 'नदीकिनारी' हे शब्दचित्र, कुसुमाग्रजांची 'वासुदेव' ही गोष्ट, गो. रा. दोडके यांचा 'नाटक' हा लघुनिबंध वाचून मी किती हरखलो होतो. अशा उत्तम मासिकात आपली गोष्ट यावी असे मला वाटले आणि एकदा धीट मनाने मी 'काळ्या तोंडाची' ही कथा 'अभिरुचि'कडे पाठवून दिली. मला वाटते, पंचेचाळीस किंवा सेहेचाळीस साल असावे. ही गोष्ट मी माडगूळला असताना लिहिली होती.

आश्चर्याची गोष्ट म्हणजे ही माझी गोष्ट 'अभिरुचि'ने स्वीकारली. पहिल्या पानावर ती छापली. या कथेचे खूप कौतुक झाले.

त्यानंतर मला दुसरा धक्का दिला तो 'नवयुग'च्या संपादकांनी. 'आपली एक कथा 'नवयुग' दिवाळी अंकासाठी पाठवा' असे चक्क प्र. के. अत्रे यांच्या सहीचेच पत्र मला आले. 'वडरवाडीच्या वस्तीत' ही कथा लगेच मी पाठवून दिली.

दिवाळी अंकात आलेली ही माझी पहिलीच कथा! या कथेचे मानधन म्हणून पंचवीस रुपयांची मनिऑर्डर जेव्हा आली तेव्हा मला वाटले, आता मात्र आपण लेखक झालो.

पंचेचाळीस ते पन्नासपर्यंत मी झपाट्याने कथा लिहिल्या. 'मायलेकराचा मळा' ही माझ्या आठवणीप्रमाणे 'सत्यकथे'त आलेली पहिली कथा. 'अभिरुचि'प्रमाणेच 'सत्यकथा' हे मासिकही मला फार आवडत असे. पु. भा. भावे यांची 'व्यथा' ही उत्कृष्ट गोष्ट ज्या 'सत्यकथे'त आली त्या 'सत्यकथे'त आपली गोष्ट आली पाहिजे असे वाटले. गोष्ट पोहोचल्याचे, आवडल्याचे लगेच पत्रही आले. 'आमच्याकडे नेहमी लिहीत जा' असे संपादकांनी अगत्यपूर्वक लिहिले होते. पत्राखाली ग. रा. कामत अशी सही होती.

'मायलेकराचा मळा' प्रसिद्ध झाल्यावर न्हावी या जातीचा अधिक्षेप केला म्हणून अ. भा. नाभिक समाजाने निषेध व्यक्त केला. संपादकांना माझा पत्ता विचारला. संपादकांनी तो दिला नाही. अशी जातीय प्रतिक्रिया झाली, तर वास्तव समाजचित्रण कठीण होईल असे म्हणून दुखावलेल्या भावनांबद्दल मला वाईट वाटते असा

खुलासा त्यांनी 'सत्यकथे'त प्रसिद्ध केला. मला वाटले, 'हे असेही असते का? पंचाईतच म्हणायची!'

सत्तेचाळीसचा 'मौजे'चा दिवाळी अंक अनेकांच्या स्मरणात असेल. बऱ्याच सरस गोष्टी या एका अंकात प्रसिद्ध झाल्या होत्या. पु. भा. भावे यांची 'स्वप्न', अरविंद गोखले यांची 'कातरवेळ', गंगाधर गाडगीळांची 'माणसाचे दु:ख', गो. के. भट यांची 'घरोघरी मातीच्या चुली' अशा कथा होत्या. याच अंकात 'त्याची गाय व्याली' ही कथा प्रसिद्ध झाली. 'मौजे'च्या दिवाळी अंकात आलेली ही माझी पहिलीच कथा. त्या अगोदर रौप्यमहोत्सव अंकात 'पडकं खोपटं' प्रसिद्ध झाली होती. 'पडकं खोपटं' या कथेची कल्पना कशी सुचली, हे मी आता साफ विसरून गेलो आहे, पण 'त्याची गाय व्याली' बद्दल आठवते. माडगूळच्या रामाने पाळलेल्या गाईला कालवड झाली, तेव्हा त्याची निराशा मी पाहिलेलीच होती. आणि मी स्वत: पुतळी गाय सांभाळली होतीच. या कथेचाही बरा बोलबाला झाला. मला हुरूप आला. ग्रामीण जीवनातील सावकारी पाश, दारिद्र्य, मारामाऱ्या, प्रणय यांचे चित्रण अगोदर कोणी कोणी लिहिले होते, पण रामा आणि त्याची गाय याकडे कुणाचे लक्ष गेलेले नव्हते.

पुढे 'अभिरुचि'ने कथास्पर्धा जाहीर केली. त्यातही वेगळेपणा होताच. वर्षभरात प्रसिद्ध होणाऱ्या कथेला दोनशे रुपयांचे पारितोषिक होते. 'देवा सटवा महार' ही कथा मी या काळात 'अभिरुचि'ला पाठवून दिली.

याच सुमारास पु. रा. भिडे यांच्या 'झंकार'च्या दिवाळी अंकात मी 'बाबाखान दरवेशी' हे व्यक्तिचित्र लिहिले होते. ते त्यांना फार आवडले. आणि 'या मुलाला आता कोल्हापुरात ठेवू नका, पुण्याला पाठवा' असे अण्णांना सांगून त्यांनी मला पुण्याला आणले. कोल्हापूर सुटले.

पुण्याला आलो, पण लिहीत होतो 'अभिरुचि'साठी, 'मौजे'साठी, 'सत्यकथे'साठी. पुण्याचे संपादक माहीत नव्हते. साहित्यिक माहीत नव्हते. कुणाकडे मी गेलो-आलोही नाही. सभा, संमेलने, चर्चा यांविषयी उत्सुकता, अगत्य कधीच वाटले नाही.

अठ्ठेचाळीस साली, मी पुण्यात असतानाच 'अभिरुचि' कथास्पर्धेचा निर्णय जाहीर झाला. गंगाधर गाडगीळांची 'कडू आणि गोड' आणि माझी 'देवा सटवा महार' या कथांना हे पारितोषिक विभागून मिळाले होते. हा निकाल वाचून मी चकित झालो. आपल्याला पारितोषिक मिळेल असे स्वप्नातही वाटले नव्हते. आजवर मला अनपेक्षित अशी बरीच पारितोषिके मिळाली आहेत, पण 'अभिरुचि'च्या पारितोषिकाने झाला तसा आणि तेवढा आनंद पुन्हा कधी झाला नाही.

त्याच साली माझे लग्न झाले. मुंबईला गेलो. खिशात दिडकी नाही, काही उद्योग नाही, व्यवसाय नाही, अशा अवस्थेत मुंबई बरी असते.

एकदा सकाळी सकाळी नप्पू रोडवर भटकताना ग. रा. कामतांनी दुसऱ्या फूटपाथवरून हाक मारली, "अरे व्यंकटेश, इकडे ये."

"काय?"

"तुला पैसे हवेत ना, हे घे."

या काळात मी प्रामुख्याने मित्रऋणावरच चालवीत होतो, त्यापैकीच हाही भाग असावा, या समजुतीने मी पाहत राहिलो. कामताने पाकीट काढून दहाची एक नोट दिली, दुसरी दिली, तिसरी दिली. मी गोंधळून बघत होतो आणि हा गृहस्थ एक-एक नोट काढून देत होता. शेवटी चक्क शंभर रुपये झाले. मग मात्र मी विचारले, "हे काय?"

"'अभिरुचि'च्या बक्षिसाचे पैसे. मी बाबुराव चित्र्यांकडून मागून घेतले. म्हणालो, त्याला हवेत. द्या. मी पोहोचते करतो."

अशा समारंभाने हे पारितोषिक मी घेतले.

माझ्या सुरुवातीच्या काळात 'अभिरुचि'चा फार उपयोग झाला. पु. आ. चित्रे हे उत्तम संपादक होते आणि भले गृहस्थही होते. त्यांनी, विमलाबाई चित्रे यांनी वरचेवर, अगत्यपूर्वक मला लिहावे की, कथा पाठवा. कथा 'अभिरुचि'कडे पाठवली की, घवघवीत विशेषणे लावून तिची पोहोच येई. दुसऱ्या कथेची मागणी येई. 'अभिरुचि'त कथा आली की, तिचा लगेच बोलबाला होई. साक्षेपी टीकाकार, मातब्बर लेखक, रसिक वाचक यांच्या वर्तुळात चर्चा होई. 'देवा सटवा महार', 'न्याय', 'विपरीत घडले नाही' या माझ्या कथा 'अभिरुचि'त आल्या नसत्या, तर एवढ्या उमेदीने पुढचे लेखन झाले नसते.

'अभिरुचि'कारांचा व माझा प्रत्यक्ष परिचय फारसा झाला नाही. एकदोन वेळा केवळ गाठभेट झाली. माझे जाणे-येणे होते, अशी मासिकाची कचेरी एकच एक : मौज. तासन्तास जाऊन इथे बसलो. मुंबईला काही महिने घर असे नव्हतेच. मौज कचेरी हेच घर. भावे, गाडगीळ हे लेखक इथेच भेटले. चित्रकार दलालांची ओळख इथेच झाली.

मुंबईला गेल्यावर मी फार एकटा पडलो. एकदम विश्वरूपदर्शन घडल्यासारखे झाले. बावरून, गोंधळून गेलो. मनाला मरगळ आली. काहीही न करता निवांत झोपून राहावे असेच काही महिने गेले. श्री. पु. भागवत आणि ग. रा. कामत यांच्या खोलीवरच काही महिने मी राहत होतो. रोज उठून कामत म्हणे, "व्यंकटेश, काही लिही."

मी केवळ हूं म्हणे.

मग मी माणदेशी माणसांपैकी 'धर्मा रामोशी' आणि 'शिवा माळी' ही दोन शब्दचित्रे लिहिली. कामताला दाखवून म्हणालो, " 'सत्यकथे'त छापून टाक."

ती वाचून तो म्हणाला, "ही चित्रे सुटी छापून उपयोग नाही. सिरीज लिही."

मग टेबलाच्या खणात ही दोन्ही शब्दचित्रे टाकून मी स्वस्थ राहिलो. बरेच दिवस ती खणातच होती.

एकदा श्री. पु. भागवतांनी ती पाहिली. चकित होऊन ते मला म्हणाले, "हे छानच आहे. 'मौजे'तून क्रमशः प्रसिद्ध करू. दलालांची चित्रं टाकू. आता थांबू नका."

"पण कुठे लिहू? जागासुद्धा नाही बसायला."

" 'मौजे'च्या कचेरीत रोज येऊन बसा. तिथं सगळं मिळेल. कागद-पेन्सिल, टेबल, फॅन. वाटेल तेव्हा येऊन बसा आणि लिहा."

एवढे म्हणून त्यांनी लगोलग 'मौजे'तून जाहिरातही केली. पहिली दोन चित्रे छापूनही टाकली. मग मात्र आठवड्याला एक 'माणदेशी माणूस' मी लिहू लागलो.

दादरला माधववाडी नावाच्या बकाल चाळीत एक लहानशी खोली मिळाली. घर झाले. गंगाधर गाडगीळ या घरी आवर्जून येत. मला फिरायला बाहेर काढीत. गप्पागोष्टी होत. गाडगीळांनीच मला इंग्रजी वाचायला लावले. फ्लॅहर्टी, स्टाइनबेक, काल्डवेल, चेकाव, गॉर्की या लेखकांची पुस्तके त्यांच्यामुळेच मी वाचली. पु. भा. भावेही येत. या दोन्ही लेखकांचा सहवास मला फार उपयोगी पडला. नुसते प्रोत्साहन मिळाले असे नाही; माझा आत्मविश्वास वाढला. जाण आली. हे दोघेही माझे आवडते लेखक होते.

सदानंद रेगे येत. त्यांचे वाचन खूप असे. नव्या इंग्रजी पुस्तकावर ते बोलत.

रेडिओत माझे जाणेयेणे असे. गावकरी मंडळींसाठी खत वगैरे विषयांवर मी संवाद लिहीत होतो. नाट्यविभागासाठी श्रुतिका लिहीत होतो.

इकडे 'माणदेशी माणसे' 'मौजे'तून क्रमशः प्रसिद्ध होत होती. 'मौज' कचेरीतून मी दादरला येत असताना लोकल गाडीत, माझ्याच डब्यात वा. ल. कुळकर्णी आले. मी त्यांना अगोदर पाहिलेले नव्हते. थोडा वेळ माझ्याकडे पाहून त्यांनी विचारले, "माडगूळकर का?"

"हो."

"मी वा. ल. कुळकर्णी. 'मौजे'तून येणारं तुमचं लेखन मी वाचलं आहे. 'माणदेशी माणसं' छान आहेत. किती लिहिणार आहात अशी?"

अशी अनपेक्षित गाठ पडल्यामुळे मला फार आनंद झाला होता.

"अगोदर काही ठरवलेलं नाही. जेवढी सुचतील तेवढी लिहीन."

"इथं आणखी काय करता?"

''काही नाही. रेडिओसाठी 'आबांची चंची' हे सदर लिहितो.''

तेव्हा आपल्याशीच बोलावे, तसे ते बोलले, ''निव्वळ लेखनावर काय मिळणार? चार तास तरी एखादी नोकरी पाहिजे.''

ही गोष्ट खरी होती. नोकरी पाहिजे होती, पण ती देणार कोण? माधववाडीत राहणारे इतर पुरुष सकाळी लवकर उठून, धुतले कपडे घालून कामावर जात. मी मात्र घरीच असे. आजूबाजूच्या बायका ''तुमचे मालक कुठं कामाला जाताना दिसत नाहीत?'' अशी चौकशी माझ्या बायकोपाशी करीत. एकदा ती मला म्हणाली, ''यावर काय सांगावं ते मला कळत नाही.''

मी म्हणालो, ''आकडा लावतात, असं सांगत जा!''

पुढे काही आठवड्यांनीच मला गं. दे. खानोलकरांचे पत्र आले. 'रविवार' नावाचे एक नवे साप्ताहिक ढवळे प्रकाशनतर्फे निघणार होते, त्याच्या ललित विभागाचे संपादन मी करावे. वा.ल. कुळकर्णी यांनी सांगितल्यावरून मी हे पत्र लिहीत आहे, असा मजकूर पत्रात होता.

मी तत्काळ नोकरीवर रुजू झालो.

शीवला असलेल्या 'रविवार' कचेरीत फार घाम येई. मला नको नको होऊन जाई. काम करणे, म्हणजे काही मजकूर लिहिणे अशक्यच. मजकुराऐवजी समोरच्याच कागदावर निढळावरचा घामच ठिबके. घामाचे थेंब कागदावर पडत. मग मी वैतागून खालच्या मजल्यावर चित्रकार गोडसे यांच्या खोलीत जाऊन बसे. माझ्या बसण्याबोलण्यामुळे त्यांच्या कामात काही व्यत्यय येईल, असे मला कधी वाटले नाही. गोडसे चित्र काढीत आणि माझ्याशी बोलतही. मी बघत असे, बोलत असे. घामाचा त्रास होत नसे. माझ्या अशा वागणुकीमुळे 'रविवार'चे संपादक खानोलकर यांना वाटले असावे की, हा माणूस कामसू नाही, ह्याचा फारसा उपयोग होणार नाही. काढून टाकावा.

पण, मग मीच नोकरी सोडून दिली. फार तर तीन महिने राहिलो असेन.

'गणा महार' हे शब्दचित्र मी 'रविवार'मध्येच लिहिले. झोकदार पटका गुंडाळलेला, नकट्या नाकाचा, गळ्यात ढोलके अडकवलेला असा अगदी नेमका गणा महार गोडशांनी काढला होता.

पांढरा गाऊन घालून तासन्तास एकाग्र चित्ताने काम करणारे गोडसे पाहून मला वाटे, 'देवाने या माणसाला चित्रकार करूनच पाठविला आहे. तसे मला का नाही लेखक करून पाठविले?'

एकदा 'अभिरुचि'चे मुखपृष्ठ केलेले दाखवून गोडसे म्हणाले, ''ही काय कल्पना आहे सांगा बघू?''

एका ओबडधोबड पाषाणाला पंख फुटले आहेत, असे चित्र होते. मला काही सांगता आले नाही. आपण उणे आहोत असा चेहरा झाला.

गोडसे हसले. त्यांचे हसू फार छान असे. अर्थपूर्ण असे; पण नेमका अर्थ मात्र कळत नसे.

गाडगीळ, भावे, रेगे, गोडसे यांचा सहवास अधूनमधून मिळे, एरवी रोज भेटणारे कामतच.

सत्यकथेचे संपादक ग. रा. कामत मला वरचेवर जेवायला घेऊन जात. दादरला एक लंच होम होते. तिथे केव्हाही लंचच मिळे. कामतांना मोहरी या वस्तूबद्दल तिटकारा होता. जेवताना पहिल्यांदा भाजी-आमटीतील एकएक मोहरी ते साक्षेपाने बाजूला काढीत. त्यामुळे तासभर लागे आणि तेवढ्यात बरेच बोलून होई.

घरी धुतलेला कुडता आणि आखूड धोतर असा त्यांचा साधा वेष असे; आणि तरीही ते पुष्कळ पुस्तके विकत घेऊन वाचीत. त्यांचे पाहून मी ठाम ठरवून टाकले की, साधे कपडे वापरून पुस्तके विकत घ्यावी.

चित्रपटकथेचा मोबदला म्हणून मला एकवार एक हजार रुपयांचा चेक मिळाला. यापूर्वी रेडिओकडून मिळणारे पाचपंचवीस रुपयांचे चेक बँकेऐवजी मी कामतांकडे वटवीत असे. हा चेक आल्याचे सांगताच त्यांनी मला गंभीरपणाने सांगितले, ''आता माझ्याबरोबर चल. आपण बँकेत खाते उघडू. असल्या चेकचे पैसे मला देता येणार नाहीत.'' ह्या संपादकांनी मला खाते उघडून दिले.

लेखकाच्या सुरुवातीच्या काळात त्याला उत्तम संपादक भेटणे एकूण बरे असते.

आपले पुस्तक प्रसिद्ध व्हावे यासाठी फार धडपड मला कधी करावी लागली नाही. थोड्याफार कथा लिहून होताच मी 'अभिरुचि'च्या चित्र्यांना पत्र टाकून दिले की, संग्रहापुरत्या कथा आहेत. तुम्ही संग्रह काढावा अशी इच्छा आहे. लगेच उत्तर आले, कथा पाठवून द्या. पैसे किती हवेत तेही कळवा. ही भाषा झाली एकोणपन्नास साली. संग्रह बाजारात यायला एकावन्न साल उजाडले. 'हस्ताचा पाऊस' हा संग्रह प्रसिद्ध झाला.

यश वाहून जाते, अपयश साचते.

कधीकधी मी फार निरुत्साही होतो. खडकावर बेडके बसून राहावीत तशा लेखनकल्पना मनातच राहतात. आपण एक एक म्हणता अनेक ओझी डोक्यावर घेऊन चालतो आहोत, अशी जाण मध्येच येते. सर्वांत प्रथम लेखन, बाकी सर्व

दुय्यम. त्याच्या वाटेत येणारी कोणतीही गोष्ट घट्ट मनाने बाजूला केली पाहिजे; पण तसे सामर्थ्य नसते आणि आपणच आपल्या शक्ती नासवून टाकतो, असा विचार मनात येतो.

उगीच एकटे एकटे वाटते. आपल्यावर प्रेम करणारी, माया करणारी माणसेही अनोळखी वाटू लागतात. लांबरुंद माळासारखा वैराण कंटाळा पसरतो. चुकल्या ढोरासारखे या माळावर कुठेतरी ठिपका बसून आहोत, असे दिसते.

लेखक म्हणून आजवर जे मिळवले ते मोठे आहे, असे मला मनोमनी कधी वाटत नाही. तसे वाटले असते, तरी एकापरीने बरे होते. भाबड्याला मिळते ती शांतता तरी मिळाली असती.

मध्येच कधी मन उसळी मारते. उडी घेऊ वाटते. चव शाबूत आहे असे दिसते.

काय घडेल ते खरे!

– व्यंकटेश माडगूळकर

पुणे,
२० ऑक्टोबर, १९६४

१

देवा सटवा महार

नुकतीच दिवेलागण झाली होती. रानातून परतलेल्या कुरवाड्याच्या बायकांनी घाईघाईने चुली पेटविल्या होत्या आणि टोपल्यातले पीठ काटवटात ओतून घेऊन भाकरी बडविण्यासाठी त्या फतकल घालून बसल्या होत्या. दिवसभर रानात आंबून गेलेल्या बाप्यांनी गुरे-ढोरे गोठ्यात गुंतवली होती. वैरणीच्या पेंढ्या त्यांच्या पुढ्यात टाकल्या होत्या आणि मुंडासे गुडघ्यावर ठेवून हुश्श करत ते ओसरीशी टेकले होते. मारुतीच्या देवळापुढल्या पटांगणात पोरे हुंदड्या मारीत होती. त्यांचा गलका कानावर येत होता. सोनाराच्या घरापुढल्या भल्या मोठ्या लिंबावर शेकड्यांनी जमलेले कावळे जागेपायी एकमेकात भांडत होते, फडफडत होते.

चावडीला वेढा घालून येऊन देव्या महार आणि टोपा व्हरल पाटलाच्या वाड्यानजीक थांबले. देवाने उजव्या हातातील घुंगरे लावलेली काठी डाव्या हातात घेतली आणि उजवा हात मुंडासे वर करून कानावर ठेवत तो ओरडला, "तालुक्याचा डागदर तानी पोरं टोचन्यापायी उद्या सकाळच्या पारी येणार आहे. गावकऱ्यांनी आपली पोरं चावडीत आनून टोचून घेवं जीऽऽ"

टोप्याने हातातले डफडे सावरले आणि देव्याच्या मागोमाग ते बडवले.

"समद्या गावाला म्हाजूर झालं का रं?" टोप्यानं देव्याला विचारले.

"दहान् डाव वराडलूं. बास झालं. आता फिरू मागारी!"

असे म्हणून देव्या माघारी फिरून महारवाड्याच्या रोखाने चालू लागला. टोपाही मांगवाड्याच्या अंगाने वळला.

यानंतर घरी जाऊन देवा टोपले घेऊन येणार होता आणि न्हावी, परीट, सुतार, सोनार इत्यादी बलुतेदारांची घरे सोडून प्रत्येक घरापुढे उभा राहून ओरडणार होता, "भाकरी वाढा जीऽऽऽ तराळाला!"

होय, तो त्याचा हक्कच होता. कारण चालू बेंदरापासून तराळकीची काठी त्याच्याकडे आली होती. गाव आणि सरकार यांची चाकरी आता तो पुढल्या बेंदरापर्यंत बिनबोभाट करणार होता. पुढच्या बेंदराला हातातली काठी पाटलाच्या देखत दुसऱ्या महाराच्या हवाली करणार होता; आणि जगला-वाचला, तर पुन्हा

सोळा वर्षांनी आठीसोळा भाऊबंदात फिरून आलेली तराळकीची पाळी फिरून एक वर्षभर करणार होता. हे सारे कित्येक डुयांपासून चालत आले होते आणि पुढेही कित्येक दिवस तसेच चालणार होते.

अगदी शंभर टक्के नाही, पण देवा पुष्कळसा सज्जन महार होता. सज्जन अशासाठी म्हणायचे की, सामान्यत: खेड्यातील महारांच्या अंगी असलेला मुर्दाडपणा, आगाऊपणा त्याच्यात फारसा नव्हता. त्यांच्यातही हे दोष उपजत असतात असे नाही, पण इतरांकडून मिळणाऱ्या वागणुकीमुळे ते तसे बनतात. कुणबी, वाणी, ब्राह्मण हे त्यांना ढोरासारखे वागवतात, वाटेल तसे ताबडतात. लाकूड फोडणे, रानातून वैरण आणणे, ती रचणे, अंगण झाडणे, गुरे चारणे असली नाना कामे त्यांना अगदी अल्प मोबदल्यात करावी लागतात. सर्वांची मर्जी सांभाळावी लागते. त्यामुळे साहजिकच त्यांची प्रवृत्ती अशी होते; पण देवाची तशी नव्हती. तो पुष्कळसा सज्जन होता; थोराड हाडाचा, बुटक्या बांध्याचा आणि मवाळ प्रकृतीचा होता. दुसऱ्या महारांसारखे छक्के-पंजे त्याला माहीत नव्हते. कुणाचे मन सहसा मोडू नये, कुणाचे वाईट सहसा चिंतू नये, अंग मोडून काम करावे आणि ओलावाळला तुकडा चावून ढेकर द्यावी असा त्याचा साधा स्वभाव! दुसऱ्या महारांप्रमाणे तो कुणाची "त्यो लुकडा बामन? व्हय का हाय त्येच्यांत? ना का घरात दाणं असनाती खायाला, पन फुका महारांस्नी दम!" अशी निंदा करीत नसे. कोणी "अरं, एवढ्या चार फाळी काढ" असं सांगताच तोंड वाकडेतिकडे करून "काडल्या असत्या जी, पन हात पार कामातनं गेलाय ह्यो डावा. जनावरानं ढुश्शी दिलीया. आज धा रोज तळमळतुया नव्हं!" असे खोटेनाटे सांगून बिगार टाळीत नसे. कोणी "देवा, जरा बाटूक घेऊन ये जा रानातनं" असे म्हणताच "जी व्हय, आलो हातनं माघारी." असे म्हणून झुकापुरी देत नसे. छे, देवाला हे कधी जमले नाही. सकाळपासून संध्याकाळपर्यंत तो राबराब राबे. घट्टे पडलेल्या तळव्यावर थुंक टाकावी आणि भर उन्हात घामाने निथळत बाभळीच्या खोडाच्या चिंध्या उडवून फाळींचा ढीग पाडावा. पदरात पडेल ती ओली-वाळली भाकरी घ्यावी आणि पुन्हा कोणी हाक मारी तिकडे जावे. त्याची शे-पाचशे वैरण रचावी. शेर-मापटे जोंधळे धोतराच्या खोच्यात घ्यावेत. गावाचा व्याप सांभाळून सरकारी कामातही कधी कुचराई होऊ देऊ नये. दासवृत्तीला अखंड जागावे, असा त्याचा बाणा होता.

घराकडून तो टोपले घेऊन आला. साऱ्या गावात फिरून भाकरी मागितली. गरम व गारढोण भाकरीच्या तुकड्यांनी अर्धेअधिक टोपले भरले. सारी घरे मागून झाली, तसा देवा पुन्हा काठी आपटीत घराकडे आला.

कडू तेलाच्या दिव्याचा मंद प्रकाश शाडूने सारवलेल्या भिंतीवर पडला होता. धाकला ईश्वरा हाताची बोटे नाचवून भिंतीवर सावलीचे हरण करत होता. त्याला

खेटून तानी मांजरागत बसली होती. डोळे मोठ्ठे करून ती भावाची करामत बघत होती. तिच्या अंगात नाना बामणाच्या सुनेने दिलेला ढगळ पोलका होता आणि कपाळावर लोंबत असलेल्या झिंज्या ती वरचेवर सारीत होती. ईश्वराने टाळू राखलेली होती आणि त्याच्या अंगात बिनबाह्यांचा मळका कोट होता, पण तो त्याला अगदी झोकात येत होता.

राणी धाकल्या परलादाला पाजत बसली होती. ती देवाची अर्धांगी असूनही त्याच्यापेक्षा अंगापिंडाने थोराड दिसे. ती चालायला लागली म्हणजे दाणदाण पाय आपटी आणि बोलायला लागली म्हणजे एखाद्या मामलेदारीणीवाणी गोष्टी करी. तीही दादल्याप्रमाणे ढोरागत राबे; वेळप्रसंगी हातात कुऱ्हाड घेऊन लाकडे फोडायचीसुद्धा तिची तयारी असे. आपली तीन पोरे आणि राणी या सर्वांएकी देवाच्या पोटात अपार 'मया' आहे.

चुलीत निखारा होता. घरात थोडा धूरही घुटमळत होता. जाळलेल्या चिपाडाचा करपट वास आणि चुलीवरल्या लोटक्यात शिजत असलेल्या दोडक्याच्या कोरड्याशाचा खमंग वास एकमेकांत मिसळले होते.

देवा येताच राणीने पदराखालचे पोर भुईवर ठेवले आणि चटकन उभी राहून ती म्हणाली, ''कोरड्यास झालंया. भाकरी घ्या खाऊन.''

तिचे ते शब्द ऐकून ईश्वराने शिनेमा बंद केला आणि उजव्या मनगटाने नाक जोरजोराने घाशीत आईपाशी येऊन म्हणाला, ''आये, आमालाबी दे भाकरी.''

तशी तानीही गडबडीने उठली आणि उघडे पोट दोन्ही हातांनी थोपटीत रडक्या आवाजात म्हणाली, ''आन् आये, आमालाबी.''

देवा बाहेरून हात-पाय धुऊन आला. चुलीवरल्या गाडग्यातले कोरड्यास वाढून राणीने त्याच्यापुढे काश्याची थाळी सारली. टोपले अलीकडे ओढून घेऊन देवाने त्यातल्या चतकोराची चवड उचलून घेतली. पितळीच्या पुढल्या अंगाला टेकण लावले आणि भाजीच्या रसात भाकरीची चौत कुस्करली.

तानीने आणि ईश्वराने हातातच भाकरीचे तुकडे घेतले आणि एका मोठ्या वाटीत वाढलेल्या कोरड्यासात तुकडे बुडवून ती दोघे खाऊ लागली. परलादाला मांडीवर घेऊन राणीपण जेवू लागली. जेवता-जेवता तिने विचारलं, ''कंचा कामगार येनार हाये वं?''

''देवीडागदार, फोड्या काढणारा.''

''या बया! मग आपल्या परलादाच्याबी काडायच्या का?''

''काडल्या पाहिजेत.''

''मी न्हाई काडू द्यायची. उंद्या चांदनी उगवायला मी जानार हाय आप्पा बामनाच्या मळ्यात भांगलायला.''

"अगं, पर मला काय भाकरटुकडा?"

राणीने तोंडापाशी नेलेला घास खाली घेतला आणि मान वाकडी करून ती म्हणाली, "आवं, इसारला जनूं. उंद्या बेस्तरवार हाय!"

देवा सज्जन होता तसा थोडा भाविकही होता. तो प्रत्येक गुरुवारी उपवास करी. सकाळपासून संध्याकाळपर्यंत तोंडात काही घालत नसे. संध्याकाळी राणी नवे-जुने, गोडधोड करी आणि मग देवा उपवास सोडी. बायकोने आठवण देताच तो म्हणाला, "अगं, व्हय गं व्हय, डागदार येन्याच्या गरबडीत इसारलोच म्हनिनास!"

त्यावर राणी केवळ कौतुकाने हसली आणि मांडीवर मुठी चोखत पडलेल्या परलादाचा तिने गालगुच्चा घेतला.

गडवा तोंडाला लावून ढसाढसा पाणी पेणारा ईश्वरा एकदम थांबला आणि तोंडातल्या पाण्याचा घुटका घेऊन म्हणाला, "मग देवा, मलाबी काडनार काय रं फोड्या?"

ईश्वरा देवाला 'ये रे-जा रे'च म्हणतो. महारांची बहुतेक पोरे वडील माणसांना तसेच म्हणतात.

त्यावर देवा हसला आणि बोलला, "अरं ए गाढवा, तू का आता ताना हायेस? परलादाएवडा हुतास तवा काडल्यात तुला फोड्या."

ईश्वराने आपल्या दंडावरल्या वणाकडे पाहिले. तानीनेही आपल्या दंडाकडे पाहिले आणि मग एकमेकांच्या दंडाला दंड लावून कुणाचे वण जास्त मोठ्ठे आहेत, याबद्दल ती दोघे हुज्जत घालू लागली. लवकरच सर्वांची जेवणे झाली. देवा काठी घेऊन बाहेर पडला आणि तक्क्याकडे गेला.

तक्क्या ही महारवाड्यातील सार्वजनिक इमारत असते. फावल्या वेळी महार या तक्क्यात येऊन टेकतो. प्रत्येक महारवाड्यात ही छोटीशी, पण चांगले बांधकाम केलेली इमारत असतेच. तडवळ्याच्या महारवाड्यातही ती होती. भेंडाच्या ओबडधोबड भिंती आणि वर धाबे किंवा काडाचे छप्पर, क्वचित एखाद्या गबर महाराची कडेपाट इमारत, अशी पाच-पंचवीस घरे असलेल्या त्या महारवाड्यात तक्क्याची घडीव फाडींनी बांधलेली इमारत मोठी उठून दिसे. तिच्या आतल्या भिंती तर गुळगुळीत गिलावा केलेल्या होत्या. पांढरा रंगही दिला होता आणि काही हौशी मंडळींनी चार रुपये खर्चून तालुक्याच्या गावच्या पेंटर रंगनाथ सोनाराकडून डॉ. बाबासाहेब आंबेडकरांचे चित्रही एका भिंतीवर रंगवून घेतले होते.

देवा तक्क्यात आला तेव्हा सात-आठ जण भिंतीखांबाशी टेकून बसले होते. कोनाड्यात लामणदिवा अंधार दाखवत होता. गोरट्याला मारुती महार काही गिन्यानाचे सब्द सांगत होता. तो चार बुके शिकला होता. शिवाय गवंडीकाम

करण्यासाठी तो मुंबईत बरेच दिवस राहिला होता. त्यामुळे त्याला नाना गोष्टींची माहिती होती. तडवळ्याच्या साऱ्या महारांची मारुतीच्या जाणतेपणावर श्रद्धा होती. सारा महारवाडा त्याला 'म्हारुती इंजणेर' म्हणून ओळखी व मानी. देवा भिंतीशी टेकून मारुती महाराचे बोलणे कान देऊन ऐकू लागला.

"आता काय आपनावर विंग्रज सरकारचं राज न्हाई. कांग्रेस लोकांनी त्येच्यापासनं राज जितून घेतलं हाय. गांधीबाबा आन न्हेरू ह्या दोघांच्या हातात समदा कारभार हाय. गांधीबाबा म्हणजे एकनाथमहाराजांचा अवतार. तेस्नी हे म्हार, हे चांभार, हे वडार असली भेदभावाची भाषा पसंत न्हाई. इटाळचंडाळ न्हाई. समदी सारखीच!"

देवाला ही गोष्ट मोठी आक्रित वाटली. त्या भल्या राजाएकी त्याच्या मनात भलताच आदरभाव आणि कौतुक निर्माण झाले. त्याने मध्येच विचारले, "खरं म्हनतोस काय मारुती?"

"तर! खोटं कशापायी सांगीन? आपल्या महार लोकांना आता लई चांगलं दिस येत्याल. कुनी 'शिवचील, बाजूला हो.' असं म्हननार न्हाई, काई न्हाई. आपला जातवाला बाबासाब आंबेडकर परदान झालाय तकडं दिल्लीला. पाक गांधीन्हेरूच्या मांडीला मांडी लावून बसतोय. अरं, त्यो आपला 'बा' हाय. लेकरावानी त्यो आपनाला जपनार हाय. त्येनच बडव्यास्नी हुकूम दिला आन् पंढरीचा इटोबा म्हारापोरांस्नी भेटवला."

"मग आता आपल्या पोरास्नीबी साळा शिकून मोटमोट्या नौकऱ्या मिळतील का रं मारुती? कुनीबी यावं आन म्हाराला चेंडूवानी ठेचलावं, वाईट-वंगाळ बोलावं, हे समदं बंद हुईल का?" कुणीसे मध्येच विचारले.

"अलबत हुईल! वाईच दिस जाऊ दे."

देवाचे हुर्दं भरून आले. 'आपल्या जातीचा परदान आणि तो गांधीबाबाच्या मांडीला मांडी लावून बसतो? केवढे हे आक्रित! धन्य-धन्य तो बाबासाब!'

देवाला बोलल्यावाचून राहवले नाही, "मग आमालाबी कुनी वाली हाय म्हनंनास!"

मारुती पुन्हा ठासून बोलला, "तर तर! उंद्या त्यो भडाडा सरकारी नौकऱ्या दील आपल्या लोकांस्नी. ही गावकी आन् तराळकी पाक जाईल कुटल्या कुटं! अरं देवा, बामनाच्या बराबरीनं हुत्याल म्हारं आता!"

हे सारे ऐकून तर देवा भलताच हरकला. तो भरल्या गळ्याने म्हणाला, "साकर पडू दे मारती तुज्या मुखात!"

मग विषय बदलला. सटरफटर कथा निघाल्या.

दिवसभराच्या काबाडकष्टाने देवाचे डोळे पेंगू लागले होते. तो उठला आणि घराकडे चालू लागला. आज एक नवाच आनंद त्याला झाला होता. श्री. बाबासाहेब आंबेडकर हे गांधीबाबाच्या मांडीला मांडी लावून बसतात, या जाणिवेने तडवळ्यातील

देवा सटवा महार खूप हरकला होता. आनंदाने झिंगला होता. ईश्वरा अन् प्रल्हाद यांचे भविष्य त्याला सोन्याचे दिसत होते.

दिवा घालवून राणी आणि पोरे गरक झोपली होती. देवा अंधारातच आत गेला आणि हलक्या आवाजात म्हणाला, ''इस्वरा, अगं ताने, निजलासा व्हय?''

त्यावर अर्धवट डोळा लागलेली राणी या अंगावरनं त्या अंगावर झाली आणि जड, अस्पष्ट आवाजात म्हणाली, ''ऊं. बेतानं या. पोरं हैती मंदी. तुडवाल.''

देवा बेतानं चाचपत आत गेला आणि खाली अंथरलेल्या पोत्यावर मुंडासे उशाला घेऊन कलंडला. राणीने कसलेसे पटकूर त्याच्या अंगावर टाकले. त्यात घुसमटून जांभई देत देवा म्हणाला, ''एरवाळी जागं कर गं. चावडीम्होरली जागा लोटायची हाय. डागदार येनार हाय.''

चांदणी उगवायलाच राणीने देवाला जागे केले. मुंडासे गुंडाळून आणि घोंगडे लपेटून घेऊन तो बाहेर पडला आणि चांदण्याच्या प्रकाशात त्याने चावडीसमोरचे पटांगण झाडून-लोटून चक्क केले. धुरळ्याने भरलेले हात झाडून पुन्हा तो घराकडे आला आणि लंगोटा घेऊन अंघोळीसाठी ओढ्याकडे गेला.

फटफटीत झाले. दिशा उजळल्या. सूर्य उगवून कासरा-अर्धा कासरा वर आला आणि तालुक्याच्या गावाहून येणाऱ्या देवी-डॉक्टरचा छकडा तडवळ्याच्या वेशीत शिरला. सामोऱ्या आलेल्या पाटील-कुळकर्ण्यांनी उपरण्याचे पदर सावरून रामराम केला. छकड्यात तक्क्याशी टेकून बसलेल्या पोरसवदा डॉक्टरने तो गुर्मीतच स्वीकारला. तो खाली उतरला नाही. पाटील-कुळकर्णी आणि गावातली काही रिकामटेकडी आणि चौकस मंडळी छकड्यामागून चालू लागली. छकडा चावडीपाशी येऊन उभा राहिला. पांढराफेक शर्ट, लांडी चड्डी आणि बूट-पायमोजे घातलेला डॉक्टर साहेबी टोपी हातात घेऊन खाली उतरला. आजूबाजूला उभ्या असलेल्या महार-रामोश्यांनी अदबीने वाकून रामराम घातला. देवानेही 'जोहार' म्हटले. त्या सर्वांदाखल डॉक्टरने साहेबी टोपी घातलेला हात छाताडापर्यंत वर नेल्यासारखा केला.

मार्तंडा चौगुल्याने जागोजाग शाईच्या डागाने डागळलेले जाजम आणि गादी-तक्क्या यांची बैठक चावडीत घातली होती. लाकडी ठोकळ्यात तांबड्या आणि काळ्या शाईने भरलेल्या चिनीमातीच्या पांढऱ्या दौती आणि काळी-कुळकुळीत मऊ वाळू ठेवली होती. निरनिराळ्या बुकांचे दप्तर, रूळ, सारेकाही जिथल्या तिथे व्यवस्थित होते.

रावसाहेब आत जाऊन बसले आणि पाटलांना म्हणाले, ''हां पाटील, आटपा बघू! दुपारच्या आत काम उरकलं पाहिजे.''

पाटील गडबडीने चावडीच्या जोत्यावर आले आणि त्यांनी हाळी दिली, ''अरं,

तराळ हाय का न्हाई जाग्याव?''

वास्तविक देवा चावडीच्या पायरीला लागून बसून असायचा; पण पलीकडे उभ्या राहिलेल्या आकारामने त्याला हळूच बाजूला बोलावून घेतला आणि तो म्हणाला, ''लेका देव्या, तंबाकू तरी दे चिमटभर.''

देवाने फाटक्या अंगरख्याच्या खिशातून तंबाखूची पिशवी काढली आणि तिच्यात मनगटाइतका हात कोंबून तंबाखू आणि पत्रसाची चुन्याची डबी बाहेर काढली. तंबाखू तोंडात टाकून चार शब्द बोलेपर्यंत पाटील कोकललाच.

तसा आकाराम म्हणाला, ''अरं देवा, पळ! पाटील लागलाय बोंबलायला.''

देवा गडबडीने आला आणि म्हणाला, ''जी, मी देवा हाय न्हवं हातंच.''

''कुठं गेला हुतास मरायला?'' पाटील खेकसला. ''जा, समद्या घरोघर जाऊन सांग जा, तानी पोरं घेऊन चावडीव यायला. पळ!''

छकडा गावात शिरल्यापासूनच गावातल्या बायकांत धावपळ सुरू झाली होती. जी-ती दुसरीला भ्यालेल्या आणि काळजीच्या स्वरात म्हणे, ''अगं द्वाडा, डागदार आलाय फोड्या काडनारा. माझ्या सुंदरीचं कसं हुयाचं गं बया?''

देवी काढणारा डॉक्टर आला की, गावातल्या कुणब्यांच्या अडाणी बायका हमेशा अशा हवालदील व्हायच्या. देवी काढून घेतल्यापासून काही फायदा होतो याच्यावर त्यांचा मुळीच विश्वास नव्हता. उलट या टोचण्याने पोरगं आठ-पंधरा रोज बिनताप आजारी पडतं, देव देवऋषी बघावे लागतात; त्यात एखाद्या वेळी पोर गमावतेसुद्धा! – अशी त्यांची समजूत असल्याने होता होईल तो टोचून घ्यावयाचे त्या टाळत. हाक मारायला आलेल्या तराळाचे चार-चार हेलपाटे झाले, तरी टंगळमंगळ करत आणि बिचाऱ्या तराळाचा मात्र हेलपाट्याखाली झेंडू फुटतो!

त्या दिवशीही तसेच झाले. झाडून साऱ्या घरी जाऊन देवाने 'तानी पोरं घेऊनश्यान चावडीवर चलन्यास' सांगितले आणि पुन्हा येऊन तो चावडीनजीक बसला; पण घंटा-दीड घंटा झाला, तरी चार-सहा बायकासुद्धा पोरे काखेला मारून चावडीवर आल्या नाहीत. हा देवीडॉक्टर अगदी पोराटकी होता आणि या संस्थानी खाक्यात अगदी नव्याने कामाला लागला होता. मूळचा जरा उत्तानखाट स्वभावाचाच. लवकर-लवकर कोणी येत नाही हे पाहताच तो पाटलावर गुरगुरला, ''पाटील, काय हरामजादी माणसं आहेत या खेड्याची! गावावर तुमचा काही दाब दिसत नाही.''

त्यावर पाटील केवळ लाचारीने हसले आणि पुन्हा जोत्यावर उभे राहून ओरडले, ''अरं ए तराळ!''– मध्ये त्यांनी एक-दोन झकास शिव्या हासडल्या – ''राजावानी बसून राहिला आहेस लेका. त्या माणसास्नी का तुज्या बानं हाका मारायच्या का?''

''जी, समद्यांस्नी सांगून आलुया मगाच.''

''कथा करू नगंस लई. समद्यांना म्होरं घालून घेऊन ये. सरकारी इनाम खाता

त्ये काय बापघरची पेंड म्हणून व्हय रं? चुकार कुठला, ऊठ!''

देवा पुन्हा काठी आपटीत चालू लागला. पुन्हा घरोघर 'तानी पोरं घेऊन चावडीवर चलन्यास' सांगू लागला.

दिवस डोक्यावर आला. ऊन रणरण करू लागले, तरी मोकळ्या पोटाने देवा हिंडत होता. तशा घाईतही एका-दोघा बहाद्दरांनी त्याच्या हातात कुऱ्हाड देऊन लाकूड फोडून घेतले होते आणि 'सांजचं भाकरी घेऊन जा' म्हणून सांगितले होते. त्यात देवाचा वेळ मोडला होता आणि श्रमही झाले होते. सगळ्या गावात फेरी झाल्यांवर देवा पुन्हा चावडीपाशी आला.

दरम्यान, पाटलाच्या घरी जाऊन डॉक्टर कोंबडी खाऊन आला होता आणि गादीवर ऐसपैस तंगड्या पसरून पांढरी बिडी फुंकत होता.

पोटात काही नाही. उन्हाने जीव कावलेला. देवा हिंडून-हिंडून पेकाळला होता. भिंताडाच्या सावलीत तो हुश्श करून बसला. त्याचा काळा चेहरा उन्हाने अधिक करपला होता आणि अंगातले फाटके कुडते घामाने थबथबले होते.

''देव्या!'' पुन्हा पाटील कोकलला.

''जी.'' काढून घेतलेले मुंडासे पुन्हा डोक्यावर ठेवून उठत देवा म्हणाला.

''आता त्या दोन-चार वस्त्यांवरनं जाऊन ये. वरलीकडली धायगुड्याची वस्ती, बाबराचा मळा आन् खाल्लीकडली संतु तुकारामाची, रामा कांबळ्याची, समद्या वस्त्यांवर जाऊन ये. पळ!''

या साऱ्या वस्त्या गावाच्या चारी बाजूला विखुरल्या होत्या. गावापासून हरघडी हेलपाटे मारायला नकोत, म्हणून काही शेतकरी आपल्या रानातच घर करून राहिले होते. तिकडे जाऊन यायचे म्हणजे बराच तकाटा होता, पण तो घेणे देवाला भाग होते. दमले-भागलेले पाय ओढणे प्राप्त होते. ती सरकारी नोकरी होती. तो पाटलाचा हुकूम होता. गावाबाहेरून वाहणाऱ्या ओढ्यात देवाने चूळ भरली. थंड पाणी ढोसले. त्यामुळे त्याच्या पोटात भुकेने चावण्याचे थांबले. त्याला थोडी हुशारी आली. मग तो आडरानाने वस्त्या वेंधू लागला.

धायगुड्याच्या वस्तीवरला बाळा धायगुडे त्याच्यावर खेकसून म्हणाला, ''अरं जा डागदाराच्या! कुनी बायकामानसं न्हाईती वस्तीव म्हनून सांग. समदी गेल्याती पंढरीला वारीपायी!''

देवा परत फिरला आणि बाबराच्या मळ्यात आला. तेव्हा बाबराची बायको फणकाऱ्यानं म्हणाली, ''जा, सांग जा डागदाराला. म्हनावं, तानं पोर घेऊन ततपातूर यायला कोन मोकळं न्हाई इथं! मिरच्या कोन तोडंल? त्या डागदाराचा बा का पाटलाची कारभारीन?''

गप्प होऊन देवा संतु तुकारामाकडे गेला. तो मोटेवर होता. देवाने वर्दी देताच

तो म्हणाला, ''बराय, बगाय ईल. पर देवा, हाकडं ये वाईसा. चार मोटा घालीव. मी वाईच वरलीकडनं जाऊन येतो.''

त्यावर देवा कळवळून म्हणाला, ''तसं नगाजी पाटील. तकडं काम हाय मला. अम्मलदार जीव घील माजा.''

''अरं, कुटला अम्मलदार! सांगाय ईल त्येला. हांग धर ही वडनी आन आसूड.''

देवा मोटा घालवू लागला. 'आत्ता येतो' म्हणून गेलेला संतु तुकाराम पाचपंचवीस मोटा घालवीपर्यंत परत आला नाही. तो आला तेव्हा देवाची सुटका झाली.

शेवटी पुन्हा फुकट पायपीट करूनच देवा गावात आला तेव्हा पार तिसरा प्रहर झाला होता. देवाचे काळे कातडे उन्हाने तापले होते आणि पायाचे पंजे ठणकू लागले होते.

तो चावडीपुढे आला आणि डागदाराला म्हणाला, ''समद्या वस्तीत जाऊन आलो. ते धायगुड्याची आन् बाबराची मानसं गेल्याती गावाला...''

डॉक्टरचा पारा चढला होता. तो पिसाळल्या कुत्र्यासारखा देव्यावर ओरडला, ''बकबक बंद कर. धेडाची जात लेका! तू गेला नसशील वस्तीवर. मला माहिती आहे. कुठं पान-तंबाखू खाऊन चार गप्पा हाणून आला असशील. हरामजादा! मला बनवतोय! सकाळपासून मी इथं कोकलतोय आणि दहा-पाच पोरांशिवाय पोर आलं नाही चावडीत.''

त्यावर देवा म्हणाला, ''अन्नाच्यान, मी समद्यांस्नी सांगून आलोया सरकार!''

''चूप! मग्रूरासारखा उलटी उत्तरं करतोयस आणखी. हरामखोर! उठता-बसता लाथाडायला पाहिजे तुम्हा धेडांना, म्हणजे सुतासारखे सरळ याल.''

डॉक्टरचा आवाज भलताच चढला. चावडीवर उभा राहून तो कैकाड्यासारखा ओरडू लागला. वाईटसाईट शिव्यांची लाखोली त्याने बिचाऱ्या महारांवर वाहिली. चावडीत आजूबाजूला बसलेली पाटील, कुळकर्णी इत्यादी मंडळी साहेबाच्या या सरबत्तीने आच्यारी का बिच्यारी झाली. चावडीत काय भानगड आहे, म्हणून गावातले बघे जमू लागले, तसतसा साहेबाचा आवाज सपाट्याने चढू लागला.

काठीच्या टोकावर टेकलेल्या दोन्ही हातांच्या पंजावर हनुवटी ठेवून देवा टक लावून साहेबाकडे पाहत होता. बघता-बघता त्याचे डोळे वटारले, तांबडे-लाल झाले. नाकपुड्या फुरफुरू लागल्या. दातावर दात घट्ट बसले. आणि दंडांना कापरे भरले. डागदार ओरडला, ''ऐकतोस काय भँचोत!''

देवा सटक्याने खाली वाकला आणि पायातले धुळीने भरलेले तुटके पायताण उपसून घेऊन ओरडला, ''अरं ए बांबलीच्या, चावडीचं जोतं उतरून खाली ये. शिव्या देनारं तुजं थोबाड फोडतो ह्या तुटक्या जोड्यानं!''

दुसरे दिवशी संध्याकाळी गावकरी मंडळी चावडीपुढल्या लिंबाच्या ऐसपैस पारावर गप्पा हाणीत बसली होती. ते एवढेसे खेडे देव्या महाराच्या अचाट कर्तुकीने

ढवळून निघाले होते. देव्या महाराने देवी-डॉक्टरवर जोडा काढला ही गोष्ट सर्वांनाच बहुत 'आक्रिता'ची वाटत होती. मंडळी बोलत होती. देवा खालच्या फुफाट्यात उकिडवा बसून त्यांचे बोलणे ऐकत होता. एक जण त्याला म्हणाला, "देवा, अरं भल्या मानसा, सायबावर भर चावडीवर जोडा काडलास. काय गांजा वडून आला हुतास का दारू पिऊन? लेका, आता त्यो सायेब जाईल की पंतसरकारकडं बोंबलत. वरीस-दोन वरीस फुका तुरंगात बसचील!"

त्यावर देवा बोलला, "पंतसरकाराम्होरं न्हाई तर पाक दिल्लीच्या राजाकडं जाऊ दे, मी न्हाई भेनार. श्याप सांगीन पंतसरकारला, 'तुमी अम्मलदार नेमल्याती तेना काय महार लोकास्नी आईभनीवरनं शिव्या दियाचा हुकूम दिलाय काय?' म्हनून. कुनीबी टिकूजीनं येवं आन आमास्नी चेंडूवानी ठेचलावं म्हंजे हाय काय?"

त्यावर एक जणाने विचारले, "आन् पाटलानं शिव्या दिल्या तवा रं?"

"पाटलाचं काम एगळं. त्येंच्या खरकाट्यावर जगलुया. ते दोन जोडं मारत्याली आन् पुना पोटाशीबी धरत्याल. पन कोन कुटला सायेब? खुटीवला कावळा. काय त्येला कुनाम्होरं जायाचं हाय त्ये जाऊं दे. सरकारात आमचाबी कुनी वाली हाय!"

त्यानंतर आता काही दिवस लोटले आहेत. मध्यंतरी देवा सटवा महार, राहणार मौजे तडवळे यास संस्थानी पोलिसांनी पकडून नेले आहे. डॉक्टरने त्याच्यावर केलेली फौजदारी न्यायासनाने मानली आहे. देवा तुरुंगात आहे.

राणी मोलमजुरी करून पोरेबाळे जगवते आहे. तराळकी दुसऱ्या महाराकडे गेली आहे. तडवळे गाव व्यवस्थित नांदते आहे.

–आणि दक्षिणी संस्थानातील लहानशा संस्थानात तडवळे नावाचे आठ-नऊशे लोकवस्तीचे लहान खेडे आहे. तिथल्या देवा सटवा महार या सज्जन महाराचे काय झाले याची बिलकूल माहिती नामदार बाबासाहेब आंबेडकर यांना नाही आणि ती कधी होईल याचाही संभव नाही!

■

२ वडरवाडीच्या वस्तीत

वडरवाडी आणि नायगाव यांची ताटातूट 'धांडूर' ओढ्याने केली होती. ओढ्याचे वैराण वाळवंट तुडवून अलीकडे आले की, नायगावातला माणूस वडरवाडीत येई. नायगावाहून पंढरपुरास जाणाऱ्या मोटाररस्त्याच्या कडेला पाच-पंचवीस झोपड्या नि ओबडधोबड बांधणीची घरे एवढाच वडारवाडीचा पसारा होता. उकिरडे हुसकत असलेली कोंबडी, भिंतीलगत उकीर काढून त्यात शेपट्या चावीत पडलेली कुत्री, तेल लावलेल्या उडिदासारखी काळीशार पोरे; उघडीनागडी, बैदुलाने खेळत असलेली, धट्ट्याकट्ट्या बाया; डोक्यावर केळी घेऊन झऱ्याला पाण्याला निघालेल्या, म्हातारेकोतारे वगळून उमदे बापई चांदणी उगवायलाच हत्यारे घेऊन कामाला गेलेले – असे तिथले वातावरण. रस्त्याच्या अगदी कडेला कडुनिंबाचे एक हिरवेगार झाड. नवखा प्रवासी नेमका त्या झाडाच्या फांदीला अडकवून ठेवलेल्या लांडग्याकडे पाही. अजस्र लांडग्याचे पेंडा भरून टांगलेले धूड; कुठे गोळीची खूण नाही की कुठे फरशी कुऱ्हाडीचा घाव नाही, असे. कुतूहल जागे होई. त्य निंबाच्या सावलीतच एक झोपडी होती. तिच्यापुढे कुडाच्या आत काही मेंढरे होती. त्यातला एक रगेल शिंगाडा मेंढा लक्ष वेधून घेई. त्याच्या मस्तकावर वळलेली मनगटासारखी शिंगे पाहिली की वाटे, हा एका जोराच्या धडकीने तटसुद्धा पाडील झोपडीत लक्षीचा गाडग्यामडक्याने थाटलेला संसार होता.

एका वर्षामागे लक्षीचा म्हातारा बाप आणि नवतीने रसरसलेली लक्षी एवढेच मानवी जीव त्या झोपडीत होते. म्हातारा सत्तरीच्या पुढे गेला होता. सुतकी पेलायची ताकद त्याच्या मनगटात राहिली नव्हती. दिवसभर मेंढरे घेऊन काटक म्हातारा रानोमाळ फिरे आणि कडूसे पडायला सरपणाचा भारा डोक्यावर घेऊन परत येई. लक्षी दिवसभर हिंडून शेण गोळा करून गोवऱ्या थापी. वाण्या-उदम्याच्या बायकांना विकी. दोन जणांचा संसार रेंगाळत चालला होता.

लक्षीची अंगलट बापाप्रमाणेच मांजऱ्या खडकासारखी कठीण होती. रंगाने मात्र ती उजळ श्यामल होती. नीटस बांध्याने आणि रसरसत्या नवतीने वडरवाडीतली

तरणीबांड पोरे तिच्यासाठी जीव टाकीतच, पण नायगावातली पाटला-देशमुखांची पोरेही वडरवाडीभोवती घोटाळत. दुपारच्या रखख उन्हात लक्षी ओढ्यावर केळी घेऊन जाई. ही वेळ उनाड पोरे नेमकी गाठत. लंगोटा कसून डोहावर विटकरीच्या तुकड्याने मांड्या घासताना त्यांच्या लावण्या भराला येत –

तुझ्या ज्वानीचा लिंबू पाडाचा
रंग होईल त्याचा फिका फिका
अशा वयामधी माल विका!

पण नारळाच्या कवटीने झऱ्यातले पाणी भरणाऱ्या लक्षीवर त्याचा बिलकूल परिणाम होत नसे. फाजील लघळपणा करायला पोरेही धजत नसत. कारण हाडापेराने दणकट असलेली लक्षी कधी थोबाड चिंबवील त्याचा नेम नव्हता. त्यांच्यापैकी कुणाच्याही मनगटाला लक्षीने धरले असते, तरी त्याला तिने जागचा हलू दिला नसता.

एके दिवशी मेंढरे राखून लक्षी रानातून घरी परतली. म्हातारा सकाळीच पाव्हण्यांना आढळण्यासाठी शेजारच्या गावी गेला होता. 'हऱ्या' मेंढा आणि बाकीच्या मेंढ्या तिने कुडात बांधून टाकल्या. 'हऱ्या' म्हणजे लक्षीचा कलिजा होता. लहानपणापासून तिने चाळकोंडा, भाकरीटुकडा चारल्यामुळे तो शिंगाडा मेंढा माजून 'टिक्कार' झाला होता. आजूबाजूच्या वाड्या-वस्तीवर त्याच्यासारखा मेंढा दाखवायला नव्हता. नायगावला भरणाऱ्या गुरांच्या जत्रेत आज तीन साल हऱ्याचा नंबर पहिला येऊन त्याला बक्षीस मिळत होते. कैक जणांनी इरेला पडून मेंढे माजविले नि हऱ्याशी झुंजा लावल्या, पण मैदानात सरशी हऱ्याचीच! त्याचे कसब, त्याची रग, त्याची धडक सगळेच और! केवढाही माजका मेंढा असू द्या. कासराभर मागे सरून हऱ्या अशा त्वेषाने धावून येऊन धडकी मारी की, प्रतिस्पर्धी मैदानाबाहेर सैरावैरा धावत सुटे. त्याच्या शिंगाडात एवढी ताकद कुठून आली होती कोण जाणे! त्याला थोपटून-गोंजारून लक्षी घरात आली. तापल्या तव्यावर चार भाकऱ्या भाजल्या. कोरचतकोर हऱ्याला चारली. चार घास आपण खाल्ले आणि तिने वाकळेवर अंग टाकले. तिच्या गाढ झोपेत यायला स्वप्ने कधीच धजत नसत. वाडीत मात्र दिवसभर दगड फोडून आलेली वडरे दारू पिऊन तर्रऽ झाली होती. आरडाओरड, मारामारी सुरू होती. यल्लामाईच्या देवळासमोर आगटी पेटवून म्हातारीकोतारी बसली होती. गप्पा रंगत होत्या. लक्षी झोपेच्या ऐन अमलात होती.

मध्यरात्रीच्या सुमाराला कुत्र्यांनी एकदम गिल्ला केला. दचकून उठून लक्षीने कानोसा घेतला. बाहेर मेंढरे धडपडत होती. कसायाकडे नेत असल्यासारखा हऱ्या ओरडत होता. पदर सावरून ती बाहेर आली. चांदण्याच्या अंधूक प्रकाशात तिने

चौकस नजर फिरवली. कुडाच्या आतले मेंढरू ओढण्यासाठी बाहेरून लांडगा धडपडत होता. पुरुषभर उंचीच्या काटेरी कुडावरून किरण मारून-मारून दमल्यावर मुसंड्या मारून आत घुसण्याचा प्रयत्न त्याने चालवला होता. विजेच्या चपळाईने जाऊन लक्षीने कुडातून आत आलेले त्याचे दोन पंजे घट्ट पकडले. भुकेने वखवखलेले रानजनावर मागल्या दोन पायाने उसळ्या मारू लागले, पण कुडाला दोन पायाची अटण लावून ओढून धरलेले त्याचे पंजे सुटले नाहीत. गुरगुरत, दात विचकत त्याने अंगातील बळाने धडपड केली. कुडाच्या काटक्या दाताने कडाकडा फोडल्या; पण हाताची पकड ढिली न करता लक्षीने मोठमोठ्याने ओरडायला सुरुवात केली. तरणीबांड वडरे निशेतून भानावर आली आणि कोपऱ्यातल्या काठ्या हाती घेऊन बाहेर धावली. चुड्या, कंदील पेटले आणि उजेडात एका पोरीने जिता लांडगा धरलेला बघून सारी वडरवाडी आश्चर्यचकित झाली.

"लक्षे, पंजं सोडू नगस." गंग्या वडर ओरडला, "एका घावात चिंबवतो टक्कर हेचं."

"अरं दम, चांगला गावसला जित्ता, त्येला मारतुस कशापायी? कासरा आना." कुणी एक जण पुढे येऊन म्हणाला.

सारेच धीट, उफराट्या काळजाचे. लवकरच पोरीची सुटका करायची सोडून लांडगा जित्ता ठेवावा की मारावा याचाच विचार चालू झाला त्यांचा. डुकरे धरण्यात सराईत असलेल्या एका म्हाताऱ्याने फास टाकला. गण्याने सुतकी टाकून लांडगा कासऱ्याने जाम आवळला. मेंढराच्या शिकारीला आलेला लांडगा वडरवाडीचीच शिकार झाला. शेंबड्या पोराबाळांनीसुद्धा त्याला बकाबका लाथा घातल्या. एक पोक्त वडारीण पुढे आली आणि लक्षीच्या तोंडावरून हात फिरवून तिने स्वतःच्या कानशिलावर कडाकडा बोटे मोडली.

एक साठीचा म्हातारा तिच्या पाठीवर थाप मारून ओरडला, "वा गं बहाद्दरनी!"

नायगावात त्या जिवंत लांडग्याची वाजतगाजत वरात काढण्यात आली. पांढरपेशा मैनांच्या महिला मंडळाने लक्षीचा जाहीर सत्कार केला. वर्तमानपत्रात ही बातमी प्रसिद्ध झाली. काहींनी फोटो छापले. हा उदोउदो झाला आणि ओसरलाही; पण मुक्या हऱ्याच्या मनात मात्र विलक्षण फेरफार घडून आले. मेंढराच्या यमाला जिता पकडून लक्षीने वाचवला होता. लक्षीविषयीची कृतज्ञता त्याच्या मोठ्या-मोठ्या डोळ्यातून नेहमीच ओसंडू लागली. तिने केलेल्या उपकाराचे ओझे आपल्या मस्तकावर असल्याची जाणीव नेहमी त्याच्या मनात राहिली आणि त्या दिवसापासून पूर्वीचा उद्दामपणा त्याने पार टाकून दिला. रानात जाताना यापूर्वी तो कधी नीट जात नसे. आडव्यातिडव्या उड्या मारीत कुठेही उधळे. रानात इतर मेंढ्या झाडपाला खात हिंडत; पण हऱ्या अचूक एखादा मळा गाठून पिकात शिरे. आडदांडासारखा बिथरला

म्हणजे तो बेशक अंगावर चालून जाई. माणूस बघत नसे की जनावर बघत नसे. रोज तो पिकात शिरल्याची कुणाचीतरी तक्रार येईच. लक्षीचा म्हातारा बाप वैतागून जाई, पण अलीकडे हऱ्याने या गोष्टी अजिबात सोडल्या; आणि तो अक्षरश: गरीब मेंढरासारखा वागू लागला.

पण म्हाताऱ्याच्या नशिबी हऱ्याचा चांगुलपणा फार दिवस बघायचा नव्हता. एके दिवशी समोरच्या निंबाच्या बुंध्याला टेकून बसलेल्या म्हाताऱ्याने तिथेच डोळे मिटले.

ऊर बडवत लक्षी धावली आणि बापाच्या प्रेतावर पडली. हऱ्याचे काळीज लखखकन हलले. धडपडून उठून त्याने कुडाच्या भोकातून पाहिले. म्हाताऱ्याचे गुण आठवून लक्षी ऊर फुटण्याजोगी रडत होती, जमिनीवर लोळत होती. केस पिकलेल्या पोक्त वडारणी तिला आवरता-आवरता आपणच स्फुंदत होत्या. भावकी पुढल्या तयारीला लागली. भेदरलेल्या काळजीने उघडीवाघडी पोरे अवतीभोवती उभी होती.

म्हाताऱ्याच्या मरणापेक्षा लक्षीच्या ओरडण्यानेच हऱ्याला अधिक दु:ख झाले. तिला अशी ओरडताना त्याने कधीच पाहिले नव्हते. गळ्यातले दावे तोडावे आणि लक्षीच्या पुढ्यात जाऊन ओरडावे म्हणून त्याने ताडकन झेपसुद्धा घेतली, पण ती कशीबशी दोन फुटांवर गेली. गळ्याला हिसका बसून तो पुन्हा ठिकाणावरच राहिला आणि तिथेच धडपडत तो करुणपणाने एकसारखा ओरडू लागला.

बांबू आले. वैरणीच्या पेंढ्या आल्या. पांढऱ्या कापडाने झाकलेला म्हातारा घेऊन चार जवान वडारांनी पाय उचलले. काही जण उघडेबोडके मागून चालले. "या आबा!" असा हंबरडा फोडून लक्षी त्यांच्यामागून जाण्यासाठी धडपडू लागली. हऱ्याने धाडकन आपले अंग जमिनीवर टाकून दिले.

आठ-दहा दिवस गेले. लक्षीचे सुजलेले डोळे ओसरू लागले. आतापर्यंत झोपडीत दिवा लागत नव्हता की चूल पेटली नव्हती. कुणी माउली जेवण घेऊन येई. मनात असले, तर लक्षी एखादा घास घेई, नाहीतर कुणी लूतभरे कुत्रे हऱ्याच्या देखत बिचकत येऊन कैक दिवसांची भूक शमवी. पोरेटोरे मूठभर गवत हऱ्याच्या पुढे टाकीत.

आणखी काही दिवस आले नि मावळले. उभी वडरवाडी पाठीशी लागल्यासारखे लक्षीला वाटू लागले. येरवाळी उठून तिने चार भाकरी भाजून बांधून घेतल्या, आकडी खांद्यावर टाकली आणि "धा दिस झालं बांधून पडली माझी सोनी!" असे पुटपुटत मेंढरे सोडली. लक्षीचे दु:ख ओसरल्याचे पाहून हऱ्याला बरे वाटले. 'अगं, एकली झालीस म्हणून काय झालं? तू का वाऱ्याबामनाची हैस? ज्या मनगटांनी लांडगा धरला त्येला कुनाचं भ्या? कुठंबी कामधंदा करशील, तर पैक्याची रास पाडशील, असे लक्षीला समजावावे' असे हऱ्याला वाटले आणि बोलता येत असते, तर त्याने

ते सांगितलेही असते.

रानात हऱ्या मनसोक्त बागडला. तालीवरच्या चिंचेखाली लक्षी कुणा बाप्याशी बोलत होती. हऱ्याला हा माणूस नवीन वाटला. लक्षीशी एवढ्या सलगीने वागणारा हा कोण टिक्कुजी म्हणून त्याने वाकड्या मानेने त्याला तीनतीनदा न्याहाळले. तो हाडापेराने खैराच्या गाठीसारखा भरला होता. कोच काढलेल्या पटक्यावरून आणि लाल छाटणीवरून गडी मोठा चैनी असावा असे हऱ्याला वाटले. लक्षीसंगे तो छटेल जवान रंगात येऊन हसतखिदळत होता. लक्षीचा मुखडाही खुलला होता. 'कुणी का असेना बापडा, लक्षीला पसंत असला म्हणजे झालं!' असा पोक्त विचार करून हऱ्या पुन्हा बाभळीचा पाला ओरबाडू लागला. कडूसे पडले आणि रानातली चटसारी गुरेढोरे घराकडे गेली तरी लक्षी आणि तिचा नवा मैतर तालीवरच होती.

आणि त्यानंतर काळ्याचा पायंडा लक्षीच्या घरी पडलेला दिसू लागला. झकपक कापडे लेवून तो हमेशा वडरवाडीत रेंगाळू लागला. लक्षीच्या आणि त्याच्या 'शिनव्या'चा बोभाटा साऱ्या वडरवाडीत झाला. बाप गेल्यापासून घुमी झालेली लक्षी कोकाटीसारखी कलकलू लागली. काळ्याने आणलेल्या साड्या नेसून भिंगरीगत फिरू लागली. जवान काळ्या वडर फाडीच्या कपरीगणीक मिळविलेले रुपये लक्षीच्या ओंजळीत ओतू लागला.

नाना ढंग करायला शिकलेली लक्षी आता हऱ्याकडे लक्ष देत नसे. त्याला कधी तुकडा चारत नसे का कुरवाळीत नसे. काळ्यासाठी गोडधोड करण्यात, त्याला दगडावरच्या खाणीवर जेवण पोहोचविण्यात गर्क असे. मुक्या हऱ्याच्या जिवाला ही गोष्ट घशात अडकलेल्या बाजरीच्या कुसळासारखी सलू लागली. 'तळहाताच्या फोडासारखी सांभाळणारी लक्षी आपणाला विसरली! कोण कुठला काळ्या. ना गावचा ना शिवेचा! धड लग्नाचा दादलाही नाही. त्याच्यावरनं फुका जीव ओवाळून टाकतीया!' असे त्याला वाटू लागले. त्यात एकदा-दोनदा उगीचच काळ्याने त्याच्या शिंगाडावर वेळूचे सटके मारले. 'माजून टिक्कार झालंय नुसतं. कापला, तर गावजेवनाला पुरेल.' असे म्हणून वहाणेसकट दोन-चार लाथा घातल्या. आधीच बिघडलेला हऱ्या यामुळे जास्त कावला. काळ्याविषयी त्याच्या मनात द्वेष भरून राहिला. काळ्या-लक्षी या आषुकमाषुकाचे नव्या नव्हाळीचे पहिले दिवस जोरात गेले, पण लवकरच लक्षीच्या नशिबाने पलट खाल्ली. हऱ्याला काळ्याच्या वागणुकीची शिसारी आली आणि लक्षीच्या कपाळाचे दुःख बघून तो मनात कुढू लागला.

रखख उन्हात तळपत खाणीतले दगड फोडायचे काम करून शिणला-भागलेला काळ्या लक्षीची भाकरी खाण्यासाठी नीट कधीच येत नसे. आल्या पैशाची भर आधी सुलेमान कलालाच्या दारूदुकानात. झोकांड्या खात, शिव्या देत

कडूसे मावळल्यावर तो वडरवाडीत येई. कुणालातरी येडेवाकडे बोले. 'पेलेले' आणखी काही जण असले, म्हणजे भांडण-मारामाऱ्या होत. छन्नीने दगडाच्या कपऱ्या उडाव्यात, तसे एका-एकाच्या अंगाचे तुकडे उडत. फुलत्या पळसागत रक्ताने लाल झालेल्या काळ्याला लक्षी ओढून घरात आणी. खाण्यापिण्याचे ध्यान त्याला राहत नसे. बडबडत, रडत तो नशा संपेपर्यंत पडून राही. संपली म्हणजे वखवखल्या पोटाने सापडेल ते वचावचा खाऊन घेई.

लक्षीचा मार तर एक दिवस चुकत नसे. माजल्या रेड्यासारखा काळ्या पिऊन तर्र झाला म्हणजे घरी येऊन तिला हमेशा लाथा घाली. तिच्या हंबरड्याने हऱ्याची परड्यात तडफड होई. कैक वेळी काळ्याने फेकून मारलेल्या वस्तूने लक्षी रक्तबंबाळ होई आणि गुरासारखी ओरडे. नाहीतर काय करील? जिवंत लांडगा पकडणारी पहाडासारखी लक्षी काळ्या आल्यापासून वाळल्या चिपाडासारखी झाली होती. तिची मस्ती, तिची रग कुठल्याकुठे मावळली होती. पिसाळलेल्या लावेसारखी लक्षी आता अल्लाच्या गाईसारखी झाली होती. आता ती पूर्वीप्रमाणे हऱ्याकडे लक्ष देऊ लागली होती. रानात गेले म्हणजे ढाळा सोडून हऱ्या लक्षीपाशी जाई आणि लाडिकपणाने तिला ढुश्या मारी. त्याच्या काळ्याकरंद लोकरीत बोटे खुपसून लक्षी त्याला जवळ ओढी. त्याच्या पाठीवर डोके टेकी, ढळाढळा रडे आणि म्हणे, "हऱ्या, आबा हुता तवा कुनाची पाच बोटं लावून घितली न्हाईत अंगाला अन् आता ह्यो 'परवीस' रोज गुरासारखा मारतोय. कसं रं माझं कपाळ! कवा रं जायाचा ह्या वनवास?"

त्या दिवशी संध्याकाळ झाली. मेंढरांची खांडे मुंड्या खाली घालून घरी परतू लागली. लक्षीने पाडलेला बाभळीचा ढाळा हऱ्या ओरबडत होता. बांधावर बसलेल्या लक्षीने टाळी मारली. गळ्यातले घुंगरू वाजवत हऱ्या धावत आला. चगळचोथा खाऊन फुगलेली मेंढरे तुरुतुरु धावत आली. पिंपरणीच्या ढाळ्यांचा भारा डोक्यावर घेतला, ढाळे पाडायची लांब आकडी खांद्यावर टाकली आणि लक्षीही घराकडे निघाली. आखूड शेपट्या हालवीत, फुसफुसत मेंढरे चालू लागली.

कडूसे मावळले. निळ्या आभाळातून वडरवाडीवर चांदणे गळू लागले. लक्षीच्या लिंबाखाली कवडशांनी गालिचा विणला. पानांतून झिरपलेल्या चांदण्याने टांगलेला लांडगा चिट्या वाघ झाला. मेंढरे गुंतवून लक्षीने कवाड उघडले. जात्यावरला लामणदिवा पेटला, चूल पेटली, वांग्याचे कोरड्यास गाडग्यात रटरटू लागले! देवळासमोरच्या पटांगणात पोरे सूरपाट्या खेळत होती. म्हातारी वडारे पिंका टाकीत थापा मारीत होती. उमेदवार गड्यांनी हलगीच्या कडकडाटात लेझमीसाठी रिंगण धरले होते.

पाय दुमडून बसलेला हऱ्या लिंबावरच्या लांडग्याकडे बघत होता. 'पाच-पाचशे मेंढरांच्या खांडांची दाणादाण उडवणारा, कोवळी मेंढरं दाढंखाली रगडणारा बहाद्दर

आज लिंबाला उलटा टांगलाय! कावळे-चिमण्या त्याच्या अंगावर बिनघोर उड्या मारत आहेत. असंच आपल्या लक्षीचंही झालं आहे.' असे विचार त्याच्या मनात येत होते की काय न कळे. डोळे मिटून तो संथपणे बसून राहिला.

कुणाच्यातरी उचकीने आणि पायरवाने त्याने डोळे उघडून पाहिले. अंगावर चिंध्या लोंबत असलेला काळ्या सावलीबरोबर झोकांड्या खात झोपडीत शिरला.

हे रोजचेच आहे या समजुतीने कान फडफडून ह्याने पुन्हा डोळे मिटले!

"आज दिवसभर कुठं गेली होतीस?" लालबुंद डोळे अर्धवट उघडून झिंगलेला काळ्या बोबड्या शब्दांत ओरडला.

"गेली होती मसणात." वैतागलेल्या लक्षीने पितळीत भाकरी ठेवीत उत्तर दिले.

"मी आता नगुसा झालुया गं तुला. पाटला-देशमुखाची पोरं बघितलीस न्हवं?"

ह्याची गुंगी साफ उडाली. अंग झाडून तो उभा राहिला आणि लामणदिव्याच्या मंद प्रकाशात काळासारख्या दिसणाऱ्या काळ्याकडे रोखून पाहू लागला.

"जात वडराची आणि आक्कड मालगुजराची! काय ढंग करतीया! काय रंग करतीया! ढालंवाडीच्या तमाशात चांगली सोबसील!"

लक्षीने धुसफुसत पितळी आन् पाण्याचा लोटा पुढे ठेवला. कुडत्याच्या बाह्या सावरून बडबडत, शिव्या देत काळ्या घोंगड्याच्या घडीवर बसला आणि भाकरीचा तुकडा न मोडताच शिवी हासडून उठला. लाथेच्या ठोकरीने त्याने पितळी उडवली. वांग्याचे कोरड्यास आणि बाजरीची भाकरी साऱ्या रानोमाळ झाली.

"हे कोरड्यास नगं मला. सागुती पायजे! काळ्या वडार म्हंजे काय बयत्याचा तराळ का नाईक तुकडं मोडायला! आताच्या आता जा अन् कुठंबी जाऊन सागुती आन. ऊठ!"

"कुठनं घालू तुझ्या मढ्यावर सागुती?" चिडलेली लक्षी ओरडली, "मिळालेला पैसा कलालाच्या घरात घालतुयास अन् ल्हासहून खात्येऱ्यात डुकरागत लोळतुयास. उघडीवाघडी हुते म्हणून तुजी सावली घेतली. तर तूच लागलास आगीत जाळाया. भंड पडलं तुज्या गुणाचं! मी म्हणून राहतीये तुज्यासंगं!"

उलट्या उत्तराने डिवचलेला काळ्या झपाट्याने पुढे झाला आणि त्याने सणाणून लक्षीच्या थोबाडात हाणली. तिरीमिरी येऊन लक्षी खाली कोसळली.

"कुनाला म्हागारी बोलतीस? टाकीन बरगड्या मोडून. जीव घीन तुझा!" हातवारे करीत तो मोठमोठ्याने ओरडू लागला, "सागुती न्हाई मग दारात कशाला ठेवलास ह्यो मेंढा? आता त्येंची मुंडी छाटतो. सागुती नाही कशी?"

आणि खरेच कोपऱ्यातली कुऱ्हाड घेऊन ती पाजळीत तो बाहेर येऊ लागला.

"थांब, चांडाळा." काळ्याच्या अंगावर धावून जाऊन लक्षी ओरडली, "तोंडचा घास

काढून पोटच्या लेकरागत त्याला वाढवला त्यो तुज्या तलपंला यावा म्हणून काय रं?''

आणि त्याच्या हातातली कुऱ्हाड काढून घेऊन तिने ती बाहेर भिरकावली.

काळ्याचा पारा भलताच भडकला. दात-ओठ चावत त्याने एक अस्सल शिवी हासडली आणि लक्षीच्या हनुवटीवर ठोसे लगावले.

''मेले, मेले गंऽ आई!'' अशी किंकाळी फोडीत लक्षी गाडग्याच्या उतरंडीवर कोसळली. सारी गाडगीमडकी धडाधड ढासळली. मुठी-दोन मुठी ठेवलेले धान्य, तिखटमीठ साऱ्या घरभर उधळले.

''माजलीया. मला बोलतीया. माझ्या अंगासंग झटतीया. घेतो जीव तुजा.'' काळ्याने मणाची सुतकी उचलली.

–आणि इतका वेळ हा प्रकार बघत असलेला हऱ्या एकदम उसळला. हिसक्यासरशी त्याने दावे तोडले. मुंडी खाली घालून तो त्वेषाने चालून गेला आणि काळ्याच्या गुडघ्यावर आपल्या कणखर शिंगात असेल-नसेल तेवढे बळ एकवटून त्याने धडक मारली. नारळ फुटताना व्हावा तसा आवाज झाला. आत्यंतिक वेदनेने ओरडत काळ्या खाली कोसळला.

पुन्हा सरासरा हऱ्या मागे सरला आणि धावत येऊन त्याने पुन्हा कळवळत पडलेल्या काळ्याच्या डोक्याला मागल्या बाजूने धडक मारली.

कृष्ण-अष्टमीला दह्यांडी फुटावी तसे काळ्याचे टाळके फुटले आणि हऱ्याचे मस्तक शेंदूर फासल्यागत लालभडक झाले!

जिता लांडगा पकडल्याली लक्षी आणि माणसाला ठार मारणारा हऱ्या हल्ली सुखाने नांदत आहेत वडरवाडीच्या वस्तीत. जनावरांच्या जत्रा भरल्या आजूबाजूला, तर जाहिरातीवर जाड अक्षरांत छापलेले असते :

'वडरवाडीच्या खुनी मेंढ्याची टक्कर बघण्यास चुकू नका.'

■

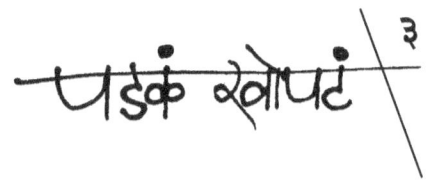

३

पडकं खोपटं

लेंगरवाडीत मांगवाड्याच्या अगदी कडेला लागून ते खोपट आहे. गेल्या सालच्या हस्ताच्या पावसात त्याची ओबडधोबड पाठभिंत ढासळून भले मोठे खिंडार पडले आहे. त्यातून आतले मोकळे कोनाडे, खुंट्या, उखणलेल्या भिंती दिसतात. सरपणाची वाण पडली म्हणजे शेजारीपाजारी एखादा वासा हलक्या हाताने काढून घेऊन चुलीला लावतात. त्यामुळे वरचे काडाचे छप्परसुद्धा जागजागी विसकटले आहे. काढून नेलेल्या आधाराजागी लहान-मोठे भोसके पडले आहेत. पावसाळ्यात भिंतीवर हिरवेगार गवत तरारले म्हणजे मांगवाड्यातली शेरडेकरडे मुंड्या वाकड्या करून ढासळलेल्या दगडावरून उड्या मारीत भिंतीवर चढतात आणि त्या गवताचा 'मुडापा' करतात. थंडीगारव्याला कुंभाराची गाढवे आत जाऊन निवारा घेतात. मोसम आला म्हणजे उपऱ्या कुत्र्या त्या खोपटाच्या आडोश्याला आपल्या बेवारशी छबड्यांना जन्म देतात. हे सारे बघितले की, माहीतगाराचे आतडे तुटते; वाटते, कसले जवान गडी! पण...

–दोन-तीनच वर्षे झाली असतील!

लेंगरवाडीचा मांगवाडा झोपेच्या पांघरुणाखाली गडद झोपला होता. अवतीभोवती काळाकभिन्न अंधार दाटला होता. थंडीचा कडाका पडला होता. तरीही राव्या आणि भाव्या आपल्या खोपटापुढे अंगावर घोंगडी घेऊन शेकाटा घेत बसले होते. हातापायाचे तळवे शेकता शेकता भावाभावांची भाषा चालली होती :

"मग गावकीच करत बसनार का तू मरंपातूर?"

"कसं का म्हननास, पण माजं मन आता फिरून त्या जाळात पडाय नको म्हनतय. बहुत झालं आजपातूर. खून झालं, मारामाऱ्या झाल्या, चोरी झाली, वाटमारी झाली. हाडं चिंबंपातून शिपायांचा मार झाला. दहा-दहा, वीस-वीस वर्षं जेल भोगला. आता उतारवय झाल. निवांत बसून खावं आता!"

"आलाय शास्तर सांगाय! अरं, वाऱ्याबामनावानी बसून खायाला आलास व्हय मांगाच्या पोटाला? आन् कुटं शिनलास इतका दरवडं मारून? गाजरं-वांगी चोरनारा

चोर तू भुरटा! तुला काय कळावी त्यातली चव? आन् तू मोप नेकीसचोटीनं वागलास, तर कोन पाटील म्हणून रामराम घालंल तुला? मांगच म्हनत्याल नव्हं?''

पिवळसर लालसर प्रकाशाने उजळलेल्या भाव्याच्या निबर तोंडावर उपहास आला आणि गेला. शेजारची चार चिपाडे जाळात टाकून तो पुढे म्हणाला, ''असं घुमं याड नगं! बोल काय ते. तू बस निवांत गावकीची उसाभर करत, वाकाच्या बटा वळत आन् केरसुनीचं फडं आवळत. पन त्या पोराला नगं ढकलूस त्यात!''

''ते का? तयारी धरलीये त्येनं. समद्या जिल्ह्यात वाढ पैलवान करतो की, त्याला!''

''का करायचं निसत्या पैलवानकीला? माज्या हाताखाली दे. खारीकखोबऱ्याची पोती आन् दुधाच्या चरव्या करू दे रिकाम्या. चांगला पाठीत धा भालं घेऊन रानडुकरागत पळंल असा जवान करतो आन माजं कसब देतो माहिती करून. चुलत्याचं कसब घेऊन नाव राखलं पायजे पोरानं. माजं ऐक. मी नशिबानं खोटा. पोरगा न्हाई मला. तुजा दे. अरं, मांगाचं जिनं जगू दे त्याला! खंडोबाचा उदो गाजवून कुटंबी एकांदा हात मारील उडता, तर खांदाडीभर सोन्याचं डाग आणील. का चव हाय या गावकीत?''

राव्यानं खाली घातलेली मुंडी वर केली नाही.

तोंडावर येणारा धूर चुकविण्यासाठी मान वळवून भाव्या बोलला, ''गप्प का बसलास महिंदावानी? का तुज्या मनात डचमाळतंय ते सांग!''

''काय बोलायचं? तुज्याम्होरं कोन बोलन्यात टिकनार? सुटून आलास त्याला दोन महिनं झालं न्हाईत, तवर ही भाषा. हे ढवाळं का? खा की चार घास सुखानं म्हातारपनी. मस्त झालं आजपातूर. वडीलकी इसरून तुज्यामागोमाग आलो. तू सांगशील तसा वागलो!''

''का आक्रित केलंस त्यात? वडील भाऊ म्हनून आनलं ते घबाड तुज्या हवाली केलं. न्हाई न्हाई म्हनलं, तरी दोन-चार डालपाट्या, टिका, डोरली, वाक्या, साज तुज्या हवाली केलं असतील. त्येचं काय केलंस म्हणून कंदी इच्चारलय तुला? म्हसवडच्या डाक्यात तू फसगतीनं घावलास आन् मी पळालो. मागनं माझ्या कानावर आलं की, शिपायी राव्याला भयांकार मारत्याती, पायाच्या बोटात इस्तू धराय लावत्याती, तवा काळीज इरगारळं माजं. तुजा मार वाचवन्यापायी रातुरात हजर झालो फौजदाराम्होरं. समदं झालं त्येचा धनी मी. राव्याकडं गुन्हा न्हाई, अशी कबुली दिली. पाच वर्सावर आनला तुला आन् मी अकरा वर्सांनी आलोय मागारी!''

“अरं व्हय. मी कुटं न्हाई म्हनतोय? म्हनूनच बस आता नित्रास आन् खा सुकानं!”

“बहिरी ससान्याला पिंजऱ्यात घालून खा भिजली डाळ आन् डाळिंबाचं दानं म्हनायचं म्हंजे काय! वाघाला कुंद्याच्या पडकात टाकायचं गुतवून आन् म्हनायचं खा हिरवं गवात!”

“ए गड्या, बोलन्यानं बोलनं वाढतं. पड आता. निमी रात झाली. माजं डोळं लागल्यात पेंगाया!”

अंगावरले घोंगडे सावरून राव्याने जांभई दिली.

राखेचा ढीग चिपाडाने फिस्कारून आत दडलेल्या आर वर काढीत भाव्या म्हणाला, “बग, मी हिताचंच सांगतुया. पोराचा इच्यार घे. तूबी इच्यार कर. नाव राहिलं पायजे मागं. झेंडा लागला पायजे समद्या जिल्ह्यात की, दरवडं मारावं, तर मार्तंडा मांगानं. भाव्याच्या हातावर हात मारला पोरानं!”

आणि मग त्यानेही डोळे मिटून जांभई दिली.

राव्या उठला आणि खोपटात जाऊन पडला. भाव्याही ‘इट्टला पांडुरंगा’ म्हणून तिथेच आराच्या धगीला, खालीवर घोंगडे घेऊन मुरगाळला. शेकाट्याने अंगात आलेली ऊब निवायच्या आतच त्या दोघांना गडद झोपा लागल्या.

राव्या आणि भाव्याच्या कर्तुकीची बातमी साताऱ्यातील कानाकोपऱ्यात पोहोचली. ऐन जवानीत या दोघांनी असा धुमाकूळ, असा हमामा घातला की, जिल्ह्यातल्या सावकारांच्या झोपा कायमच्या उडाल्या आणि फौजदार-जमादारांना आठ-आठ महिने बायकापोरांची तोंडे बघायला सवड सापडली नाही. राव्या-भाव्याच्या मागावर जंगले हुसकत आणि डोंगर वेंघत फिरता-फिरता शिपाई मेटाकुटी आले. आज अमुक ठिकाणी दहा हजारांवर हात मारून राव्या-भाव्या पळाले, तर उद्या तपासाला आलेल्या अमुक फौजदाराच्या घोड्याचे कान कापून घेऊन राव्या-भाव्या नाहीसे झाले. आज ‘सुकाचारीच्या डोंगरा’त, तर उद्या ‘सुर्लीच्या घाटा’त वाऱ्याच्या चपळाईने, वाघाच्या छातीने राव्या-भाव्याचा संचार सातारा जिल्ह्यात चालू होता. त्यांच्या टोळीत किती जवान होते याचा कुणाला अंदाज नव्हता. त्यांचा ठावठिकाणा किती ठिकाणी होता, याचा कुणाला पत्ता नव्हता; पण साऱ्यांचे राव्या-भाव्याच्या धाडसाबद्दल मात्र एकमत होते. “गुलाम छातीचे खरे! एवढे अंमलदार जंजर तोडतायत, पण हाती लागायचं नाव नाही! अहो, चक्क दिवसाउजेडी हलग्या वाजवत येतात गावात आणि घालतो म्हणून घालतात डाका!” असे कौतुकाचेच शब्द कुठेही ऐकू येत! भाव्या मांग मण सव्वा मण वाळूचे पोते पाठीशी टाकून या गावचे त्या गावाला नेईल अशा

ताकदीचा गडी! हा म्होरक्या होता. आणि त्याचाच थोरला भाऊ राव्या हा टोळीचा कारभारी. सारी मिळेल ती चीजवस्तू भाव्या हरघडी त्याच्या स्वाधीन करी. ती टोळीतील इतर लोकांना शिस्तवार वाटून द्यायचे काम त्याच्याकडेच. या दोघा भावाभावांखेरीज तिसरा मांग त्या टोळीत नव्हता. कारण भाव्याचे धोरणच तसे होते. तो म्हणे, मांगाची जात उलटी, दगलबाज. आम्ही दोघे एका रक्ताचे म्हणून वागू नीट, पण तिसरा मांग टोळीत आला की, तो दगा दिल्याखेरीज राहणार नाही. म्हणून त्याने बेरड, कैकाडी यांचा भरणा टोळीत केला होता. या दोघा भावाभावातही थोरला राव्या हाडापेराने थोराड, पण उगीच मिलमिश्या स्वभावाचा होता. तो हाडाने दरवडेखोर नव्हताच. भावाच्या मागोमाग राहूनच त्याचे नाव पुढे आले होते आणि राव्या आणि भाव्या ही जोडी प्रसिद्ध झाली, पण थोरल्या भावाचा मानमरातब भाव्याने हरघडी राखला. कधी 'अरंतुरं' केलं नाही. हिडिसफिडिस केलं नाही. टोळीतल्या एखाद्याने उलटा जबाब दिला, तर भाव्या जातीने त्याचे पारिपत्य करी. त्यामुळे टोळीतही राव्याचा चांगला दबदबा होता.

वयाच्या तिशी-चाळिशीपर्यंत त्यांचा हा उद्योग चालला होता. त्यात ते सापडले, सुटले. कधी शिक्षा भोगून सुटले, तर कधी पळून आले. मामुली वर्षा-दोन वर्षांची शिक्षा झाली, तर ती भोगून सुटायचे. लांब मुदतीची झाली, तर हर प्रयत्नाने पळून यायचे. हा त्यांचा शिरस्ता. प्राण गेला तरी बेहत्तर, पण मुद्देमाल दाखवायचा नाही आणि साक्षीदारांची नावे सांगायची नाहीत, हा त्यांचा निर्धार! त्यामुळे त्यांना धरून गुन्हा शाबीत करणेही पोलिसांना जिकिरीचे जाई.

अखेर एकदा राव्या सापडला आणि पोलिसांनी त्याला जनावरासारखा बडवला. तेव्हा भाव्या हजर झाला. त्याने काही कबुलीजबाब दिले, मुद्देमाल दाखवला. कोर्टकचेरी, जाबजबान्या झाल्या आणि भाव्याला चौदा वर्षांची आणि राव्याला पाच वर्षांची सजा झाली. सावकारांचे जीव भांड्यात पडले. फौजदार-जमादारांना हल्लक वाटले. आणि शिपायांना 'मेटं' मोडायला सवड सापडली! राव्या-भाव्याच्या मागोमाग टोळीचा इस्कुट झाला. जिकडेतिकडे सामसूम झाली.

पाच साले सरली.

तुरुंगातली भाकरी बांधून घेऊन राव्या बाहेर पडला आणि लेंगरवाडीत आला. त्याच्या मागारी त्याची अस्तुरी देवाघरी गेली होती आणि आठ-नऊ वर्षांचा एकुलता एक पोरगा मार्तंडा गावच्या तुकड्यावर जगत होता. राव्याने त्याला छातीशी घेतला आणि डोळ्यात पाणी आणून कोवळ्या पोराला असे

वनवासी केल्याबद्दल स्वत:च्या मनाला बोल लावून घेतला. आता पुन्हा त्या फंदात पडायचे नाही; शहाजोगपणाने गावकी सांभाळून राहायचे; पोराला समद्या जिल्ह्यात वाढ असा पैलवान करायचा; दहा फडात गाजला म्हणजे एखादी पोरगी बघून गुंतवायचा; नातू मांडीवर खेळला म्हणजे डोळ्याचे पांग फिटले; – असे मनोमन ठरवून तो कामाला लागला. पडझड झालेले खोपट ठाकठीक केले. जागोजाग उसकटलेले जुने, कुजलेले काडाचे छप्पर उलगडून नवीन घातले. आतून-बाहेरून उखणलेल्या भिंती लिंपून, शाडूने सारवून पांढऱ्याफेक केल्या. केकताड, अंबाडी यांचा वाक बहुत मेहनतीने तयार करून ठेवला. कुठे डोंगरमाळावर खुणेने पुरलेल्या डागातून कामापुरते काढून आणले. भरल्या कासेची एक दुभती गाय घेतली. पोरगा दूध पिऊन तालीम करू लागला. राव्या भरण्याच्या शेतकऱ्यांना नाडा, सोंदूर, दावी इत्यादी साहित्य बारकाव्याने नजर देऊन, मेहनतीने मजबूत तयार करून पुरवू लागला. चार जणांसारखा उजळ माथ्याने मांगवाड्यात राहू लागला. चौसोपी वाडा आणि आठ दहा बैले करायची हिंमत त्याच्यापाशी होती, पण सारा चोरीचा मामला! म्हणून गावकीचे ढोंग त्याने चालू ठेवले. त्याचा हा चांगुलपणा पाहून गावकरी म्हणू लागले, "बेस झालं राव्या, असं भंजून खाल्लंस, तर कोन तुला बोल लावंल? शेवटाला आपला धंदाच खरा!"

सहा साले सरली.

तीन वर्षांची सूट मिळून भाव्या सुटला आणि आपल्या घरी परत आला. मांगवाड्यात आणि लेंगरवाडीत केवढातरी फरक झाला होता! झुडपांची झाडे झाली होती. पोरांचे बापई झाले होते. बापयांचे म्हातारे झाले होते आणि म्हाताऱ्यांची माती झाली होती. केवढा तरी बदल! राव्याचे केस पांढरे दिसू लागले होते आणि पोर मार्तंडा तरणाबांड गडी झाला होता. सगळे आनंदाने एकमेकांना भेटले. अकरा वर्षांत भावाभावांची भेट नव्हती.

राव्या म्हणाला, "बेस झालं भाव्या! दोघाला तिघं झालो. माझ्या मार्तंडाला आधार आला!"

आजपर्यंतच्या धकाधकीच्या मामल्यात लगीन करायला भाव्याला सवडच सापडली नव्हती. नाही म्हणायला तसे दोन-तीन ठिकाणी त्याचे लागेबांधे होते. तशा धामधुमीतही एडका मदन त्याला रेटत-रेटत तिथे नेई; पण बायकापोरे, घरदार याची सर त्यात कुठली? अखेर भाव्या सडाफटिंगच होता. जे मिळवले ते सगळे त्याने थोरल्या भावाच्या स्वाधीन केले होते, त्यामुळे गाठीला एक तांबडा पैसाही नव्हता. 'एवढे सगळे करून अखेर काय? ना बायको, ना पोर! घर ना दार! मेलो तर मागे कोणी नाही. एखादा पोरगा असता, तर त्याला आपले सारे कसब सांगून,

शिकवून तयार केला असता. त्याने पुढे नाव चालवले असते. आता कोण चालवणार?' सारा जन्म दरवडे मारण्यात गेल्यामुळे निवांत गावात राहून गावकी करायलाही मन राजी होईना. सुटून आल्यापासून भाव्याच्या मनात असले विचार येऊ लागले. 'राव्याने जर मार्तंडाला आपल्या ताब्यात दिला, तर त्यालासुद्धा तयार करता येईल. तो तयार झाला म्हणजे चार पोरे जमा करून पुन्हा घालील हमामा. सारे रान सोडील दणाणून. माझे नाव राखील मागे. पण राव्याला ही गोष्ट कशी रुचावी? तो तयार होईल का? त्याच्यापाशी बोलावे का?'

आणि अखेर मनातली ही मळमळ शेकाटा घेता-घेता त्याने राव्यापाशी बोलून टाकली.

भाव्याने फारच भुणभुण लावली, तेव्हा राव्याने एके दिवशी पोराला सांगून टाकले, ''पोरा, तुजा चुलता काय सांगल ते ऐक. त्याचं मन मोडू नको.''

भाव्याचे काळीज सुपाएवढे झाले! तालुक्याच्या गावी जाऊन त्याने खांदाडीभर खारीक-खोबरे आणले आणि त्याचा खुराक मार्तंडाला चालू केला. मार्तंडा सांजसकाळ लंगोटा कसून पारव्यागत घुमू लागला. जोर बैठका मारून घामाने अंगाखालची जमीन पाणी ओतल्यागत भिजवू लागला. हळूहळू त्याच्या दंडाच्या बेडक्या फुगल्या, मांडीचे पट फिरले आणि खांद्यावर मांदे चढले. गडी मस्त, बेफाम झाला. कोसळती भिंत सावरून धरण्याइतपत रग त्याच्या अंगात आली. रात्री-अपरात्री त्याला घेऊन भाव्या बाहेर पडू लागला. आपले कसब शिकवू लागला.

पण मार्तंडाची तालीम आणि राव्या-भाव्याची एकजूट पाहून काही मांग मनात जळू लागले. शिवाय कसेही करून राव्या-भाव्याला पुन्हा एक न होऊ देण्यासाठी पोलीसखाते जागरूक होतेच. त्यांनी काही मांगांना मलिदा चारून मुद्दाम या कामगिरीवर ठेवले होते. त्यांच्या कारवाया चालू झाल्या. एकाएकाला वेगवेगळे गाठून त्यांनी त्यांच्या मनात वाईट-वाईट भरविण्याचा धोशा चालवला; आणि एके दिवशी या तिघांचीही डोकी फिरली. बुद्धी चळली.

राव्याला वाटू लागले, 'भाव्याच्या मनात काळेबेरे आहे. मार्तंडाला माझ्याएकी खोटेनाटे सांगून, त्याच्या बालबुद्धीला भूल पाडून तो माझ्यापासून वेगळा करणार. आजपर्यंत त्याची सारी कमाई मी गिळली आहे. त्याचा डाव त्याच्या मनात आहे. एके दिवशी तो माझे तुकडे करणार!'

भाव्याला वाटू लागले, 'हे सापाचे पिल्लू आपण दूध पाजून वाढवतो. बापाच्या सांगण्याने हे पोरगे एके दिवशी माझ्यावरच बिथरणार आणि माझा निकाल लावणार. नाही नाही म्हणाले, तरी राव्याच्या गाठीला दहा-पाच हजारांची माया असेल. ती तो सुखासुखी का देईल?'

मार्तंडाला वाटू लागले, ‘उगीच भावाच्या पोराला कोण एवढी माया लावंल? भाव्याच्या मनात डाव आहे. मला आणि बाबाला कुठेतरी गुन्ह्यात अडकवून तो एकला सगळे घशात घालणार आहे. पण एखाद्या दिवशी या मार्तंडाच्या हातानेच त्याचा मुडदा पडेल!’

तिघेही नमून वागू लागले. भाव्याबद्दल राव्या आणि मार्तंडाच्या मनात आणि मार्तंडाबद्दल भाव्याच्या मनात अंदेशा येऊ लागला. बोलण्यात डाव येऊ लागले. नजरेत खुनशीपणा दिसू लागला. तिघेही पेटू लागले. त्यात विघ्नसंतोषी इंधन टाकीत होतेच!

राव्याने एके दिवशी मार्तंडाला सांगून टाकले, “पोरा, सांभाळ. तुज्या चुलत्याच्या पोटात मळ हाय. त्याचा वस खुटला. माजा वाढीला लागलेला त्याच्या डोळ्यांना बघवेना. जपून वाग. एखाद्या वेळी दगाफटका करायला तो कमी करणार न्हाई. काळीज न्हाई त्याला!”

बापाचे हे बोल ऐकताच मार्तंडाची पैरण गच् झाली. मुठी आवळल्या.

“मला ठावं हाय, पण तू कायबी घोर करू नगंस. हाकडंतकडं कराय लागला, तर कच्चा खाईन त्येला!”

भावाभावात भाषा होईनाशी झाली. एक दिवसाआड बाचाबाची, शिवीगाळ होऊ लागली. भाव्या वडिलार्जित खोपटातून निघून वेगळा राहू लागला. दिवसेंदिवस हे भांडण भलतेच पेटू लागले. रोज डोसकी फुटायची वेळ येऊ लागली. मांगवाड्यात रोज उपदर होऊ लागला. तेव्हा काही जणांनी ही तक्रार गावातल्या पंचापुढे घातली.

“हे रोज भांडत्यात, मारहान करत्यात. एकांदिशी वर्मी टोला लागून एक जन मेला, तर समद्या मांगवाड्यात अंमलदारांचा तरास सोसावा लागेल. ह्येंच्यापायी आजपातूर कैक जन हाकनाक मार खावून आल्याती कचेरीतनं. ह्यो तरास आमच्याभोवती नगं. नगरीनं न्याव करावा!”

पंचांची खात्री होती की, हे भांडण मिटणारे नव्हते, पण मांगांच्या समजुतीखातर त्यांनी त्या दोघांनाही सकाळच्या प्रहरी बोलावून घेतले. गावातले पंच, काही वजनदार मंडळी चावडीत बसली. राव्या आणि भाव्या दोघेही आले आणि चावडीच्या जोत्यावर एका टोकाला एक आणि दुसऱ्या टोकाला एक असे घुम्यासारखे बसले. राव्याने येताना मूठभर वाक आणला होता. त्यातल्या दोन बटा काढून, बोटाने फिस्कारून त्याने त्या उघड्या मांडीवर ठेवल्या.

पंचापैकी एकाने हटकले, “काय रे, काय तक्रार आहे तुमची? भाव्या, सांग काय असेल ते. लेको, रोज उठून कळवंडता का कैकाड्यासारखे?”

राव्याने आपला रुंद पंजा पसरून तळव्यावर थुंक टाकली आणि मांडीवर बटांना घसरा मारला.

"माझी कसली तक्रार? आज ह्योच गावकी खातोय. अकरा वर्सांनी मी सुटून आलोय. आत्ता मला करू दे म्हनलं, तर न्हाई म्हनतोय. आजपातूर मिळवलं ते मी त्येच्या हवाली केलंय. त्यातला तांबडा पैसा मला दिला न्हाई. मी मागाय लागलो, तर दोघं बाप-लेक तर्रबतर्र हून माज्या अंगावर धावत्यात!"

पंचाने राव्याकडे पाहून म्हटले, "काय रे, भाव्या म्हणतो ते खरं का?"

राव्याने बटांना मारलेला घसरा उलटा घेतला. चार बोटे तयार झालेल्या चरीची मजबुती बोटांनी चाचपून अजमावीत तो बोलला, "का खरं हाय? तोंडाला आलं ते बोलला. सुटून आल्यापासनं गावकी करू आन् दोघं गुण्यागोविंदानं नांदू म्हनून मी मिनत्या केल्या. पर त्येला काय पसंत पडत न्हाई. तुज्या पोरानं मी सांगल तसं वागलं पायजे असा हाट धरून बसलाय आन् इळतीनदा कायतरी खुसपाट काढून भांडतोय. आजपातूर त्येनं दिलं ते सरलं खाऊन. आता त्येला काय देऊ?"

राव्या आपली कैफियत अशी मांडत होता. गावकरी, पंच ऐकत होते. एवढ्यात भाव्या एकाएकी उडी मारून बाजूला झाला आणि उभा राहून ओरडला, "बघा हो मंडळी!"

मंडळी पाहू लागली.

मार्तंडा चावडीकडे येत होता. त्याने दोन्ही हातांची घडी छातीवर घातली होती. त्याच्याकडे हात करून भाव्या पुढे बोलला, "माज्या बोलण्यातला खरंखोटंपना आताच बघा. या पोराची झडती घ्या. त्याला हात खाली कराय लावा!"

भाव्याच्या या एकाकी ओरडण्याने सारे आश्चर्यचकित झाले. असे आहे तरी काय?

एकाने मार्तंडाला दाटला, "मार्तंडा, हात काढून दाव बघू."

मार्तंडाने दोन्ही हात काखेतून काढले, तेव्हा त्यात दोन भले मोठ्ठे धोंडे पाहून पंचांचे डोळे विस्फारले!

"अरं गाढवा! हे रं कशाला?"

"बघा!" भाव्या म्हणाला, "माज्या टकुऱ्याच्या चिंध्या करन्यापायी हातात धोंडं घेऊन चावडीवर यायला ह्यो दबकला न्हाई. बेसावध असताना दगा देऊन ह्यो मला ठार मारनार व्हता. समद्या पांढरीनं बघितलंय!"

आपले हे गुपित लोकांना कळले याचे मार्तंडाला बिलकूल काही वाटले नाही. त्याने बुद्ध्याच दोन गरगरीत गुंडे काखेतून छपवून आणले होते. आपल्या बापाला वेडेवाकडे बोलणाऱ्या चुलत्याच्या डोसक्याच्या वेळेवर चिंध्या कराव्यात, या

हिशेबाने तो हिरवट पोरगा धोंडे घेऊन चावडीवर आला होता!

त्याचा तो बेडरपणा पाहून क्षणभर भाव्यासुद्धा खूश झाला. त्याचा बेगुमान चेहरा, उभे राहण्याचा नोकझोक! 'वा: रे रग! य:!' अभावितपणे तोंडून शब्द गेले, "मर्दावानी दिसतोस पोरा!"

"निसता दिसत न्हाई, करनी करत असतो."

"करशील, करशील. पन त्या बापाचा नाद सोडलास तर!"

"अरं जा, तू नगंस मला शिकवाय. कळलाय मला तुजा कावा. पन याद राख! मोप हत्तीवानी मोठा असलास, तरी एका घावात करीन आडवा."

"अरं जा, तीन मिरीच्या उतरंडीएवढा न्हाईस आन् घावाच्या भाषा लागलास काय बोलायला? एका घावात शेरडाला ढाळा पाडाय शिक पिपरिणीचा आन् मग ये माझ्याम्होरं!"

"तोंड आवर भाव्या!"

"असा सुक्का दम गुडग्याएवढ्या पोराला दे मार्तंडा! 'भाव्या' म्हनत्यात मला!"

लोक तटस्थ होते. मी-तू करता-करता दोघे वर्दळीवर आले. शिव्यांचा अन् वेडेविद्रे बोलण्याचा कळस झाला. तेव्हा पंच बिथरले.

हुडुत करून त्यांनी तिघांनाही पिटाळून लावले.

"जावा लेकांनो, मांगवाड्यात जाऊन एकमेकांची डोकी फोडा, उरावर बसा. इथं चावडीसमोर नको बैदा. तुमची भांडणं देवाला मिटायची नाहीत!"

तरी जाता-जाता भडकलेला मार्तंडा ओरडला, "बराय राया, आजपासनं आट दिसाच्या आतच तुजं मुंडकं न्हाई धडाएगळं केलं, तर मांगाच्या पोटचा न्हाई!"

हे ऐकून भाव्या केवळ जोराने जमिनीवर थुंकला!

चार लोकांदेखत मार्तंडाने हा पण केला आणि साऱ्या मांगवाड्यात खळबळ माजली. मार्तंडाचे बोलणे म्हणजे पोकळ गप्पा नव्हत्या आणि सुखासुखी मार्तंडाच्या हाती सापडण्याएवढा भाव्याही कच्च्या गुरूचा चेला नव्हता. 'मी'-'मी' म्हणविणाऱ्यांना त्याने आजपर्यंत बोटांवर खेळवले होते, तिथे ओठ पिळले तर दूध निघेल अशा पोराची काय पत्रास! काही का असेना, पण या आठ दिवसांत काहीतरी घडून येणार होते, हे नक्की! कोणी म्हणे, मार्तंडा भारी ताकदीचा असला, तरी कोवळा पोर आहे. भाव्या त्याला बधणार नाही. कोणी म्हणे, भाव्या मोप छातीचा असला, तरी 'झालेला' गडी. नव्या दमाच्या मार्तंडापुढे त्याचा निभाव लागणार नाही. उलटपक्षी कोणी असेही म्हणत की, अरे, रागाच्या तावात माणूस बोलून जातो. सांगूनसवरून एखाद्याचा जीव घ्यायचा म्हणजे काय वेड आहे? आणि कितीही झाले, तरी चुलते-

पुतणेच ते! उद्या एक होतील. लोक काही का म्हणेनात, पण राव्या, भाव्या आणि मार्तंडा पक्के जाणून होते की, आता हे भांडण कुणाचातरी मुडदा पडल्याशिवाय थांबत नाही. अशात तीन-चार दिवस गेले आणि भाव्या एकाएकी कुठे परागंदा झाला! पाच, सहा, सात दिवस झाले, तरी तो कुणाच्या नजरेला पडला नाही. तो नाहीसा झाल्यापासून पायावरचे केस निघतील एवढ्या धारेची कुऱ्हाड खांद्यावर टाकून मार्तंडा त्याच्या मागावर हिंडला, पण त्याला सावट आला नाही. आठवा दिवस उजाडला, तरी मार्तंडचा पण पुरा झाला नाही; पण त्याचे त्याला काही वाटले नाही. उलट तो ज्याला-त्याला सांगत हिंडू लागला, "माझा पन आपसूकच पुरा झाला. भाव्यानं तोंड दडवनं हेच मर्दाचं मरान!" आणि त्या दमातच तो दुपारपर्यंत हिंडला.

त्या दिवशी शेजारी सहा-सात मैलावर असलेल्या विठापूरचा बाजार होता. लोक बाजारासाठी जाऊ लागले तेव्हा मार्तंडा राव्याला म्हणाला, "मीबी जाऊन येतो बाजाराला. पैरनीला कापड बघतो."

राव्याने क्षणभर विचार केला.

"जा खरं, पन कुऱ्हाड असू दे संगं."

"हुं:! तुला भ्या पडलंय व्हय भाव्याचं? भाव्या पळाला बाइलीवानी. न मारताच मेला ठार!"

"तसं नसतं पोरा. भाव्या हाय त्यो!"

मार्तंडाने कितीही बेफिकिरी दाखविली, तरी मनातून त्याला धाकधूक वाटत होतीच. म्हणून त्यानेही बोलणे वाढविले नाही. कुऱ्हाडीचे पाते त्याने अंगरख्याच्या खिशात बंदोबस्ताने ठेवले आणि काचेच्या तुकड्याने तासून गुळगुळीत केलेला तांबडालाल बाभळीचा दांडा हातात घेतला. आणि धोतर काखेला मारून पायात पायताण सरकावले. जरीच्या पटक्याचा समला सावरत तो बाहेर पडला.

जाता-जाता राव्याने पुन्हा त्याला बजावले, "गाफील राहू नगं रे!"

सनाट्याने पाऊल उचलल्यामुळे मार्तंडा लगोलग बाजारात पोहोचला. बाजार चिक्कार भरला होता. माणसांची गवगव चालली होती. तेल, सौदा, भाजीपाला, दाणेदुणे घेणाऱ्या गिऱ्हाइकांचा तोबा उडून राहिला होता. बाजूला असलेल्या हॉटेलात तळल्या जाणाऱ्या शेवभज्यांचा खमंग वास दरवळत होता. नाना लोक, नाना बोलणी, नाना वस्तू. घाई, गडबड, गिल्ला; मारे गोंधळ चालला होता. पण मार्तंडाला इतर फापटपसाऱ्याकडे लक्ष द्यायचे कारण नव्हते. गर्दीतून वाट काढत तो कापड-दुकानापाशी गेला. बराच वेळ चौकशी केल्यानंतर पातळ मलमली कापड पसंत करून तो दुकानदाराला म्हणाला, "फाड तीन वार."

दुकानदाराने गज घातले. तीन वार झाल्यावर त्या ठिकाणी कातरीने थोडासा

कातरा मारला आणि मग हाताने तो तुकडा टाकरन फाडून वेगळा केला. त्याची घडी घालून ती आपटत तो मार्तंडाला घाईने म्हणाला, "हं, काढा पैसे पैलवान!"

मार्तंडाने पैरणीचे टोक वर करून आतल्या छाटणीच्या खिशातून पिशवी काढली आणि बोटाने तिच्यातून पैसे काढून त्याच्या हातावर ठेवून तो उठला. नजीकच शिलाईची यंत्रे होती तिथे जाऊन मार्तंडाने माप दिले. अडीच-तीन घंट्यात पैरण शिवून तयार होणार होती. तोपर्यंत तो बाजारात इकडेतिकडे हिंडला. गारुड्याचा खेळ बघत घटकाभर, मणेऱ्याच्या दुकानासमोर त्याने मांडलेल्या नाना वस्तू न्याहाळीत घटकाभर असे करता-करता वेळ गेला. शिवलेली पैरण धोतरात गुंडाळून, ती काखेत मारून तो लेंगरवाडीच्या वाटेला लागला तेव्हा पार दिवस मावळून कडुसे पडले होते; पण हाकेच्या अंतरावर असलेल्या गावात आपण आता पोहोचू या हिशेबाने मार्तंडाने पायसुद्धा उचलून टाकला नाही. डुलत-झुलत तो चालला होता.

लेंगरवाडीला जाणारी पाऊलवाट सापागत वळसे मारीत मागे पडत होती. हळूहळू आजूबाजूची झाडेझुडपे काळीभोर झाली. काळ्या अंधाराचे दाट थर चढू लागले. बाभळी-शेर-तातीतून किडे किचकिचू लागले. बाजाराला आलेले इतर बाजारकरू केव्हाच परतले होते. वाटेत कोणी चिटपाखरूसुद्धा भेटत नव्हते.

मार्तंडाच्या मनातली पाल चुकचुकू लागली.

'भाव्याला डिवचलाय आपण. तो परागंदा झाला तो भीतीनेच कशावरून? यात त्याचा काही डाव तर नसेल? तो भ्याला असं कसं म्हणावं? गावात परागंदा व्हायची हूल उठवून, नजर ठेवून, मला निसमाळ्या गाठायचा तर त्याचा विचार नसेल? तो अनमानधपक्या आत्ता इथेच आला तर?'

त्याने आजूबाजूला पाहिले. फिकट-फिकट झाडांच्या आकृती. लांबच लांब पसरलेले काळे रान; शांत, भयाण.

'चिटपाखरू नाही अवतीभोवती. एकटेच आपण वाट चालतोय. तीन-चार मैल आलोच. आत्ता एवढ्यात भाकरओढा येईल. मग मुलाणकीचे रान, खवणीचे लवण, म्हातारा वड आणि मग गावच. बाबा घरी वाट बघत असेल. रात केली ते चुकलेच. एखाद्या वेळी दगाफटका व्हायचा अचानक. वेळ काही सांगून येत नाही. ओरडले, तर धावून यायलाही कोणी नाही.'

आणि हे विचार येताच मार्तंडाला स्वत:ची शरम वाटली. मुंडी झटकून त्याने हे कमकुवत विचार डोक्यातून पार पिकात शिरलेल्या जनावरागत हुसकून लावले.

'चल, येऊ दे भाव्या, न्हाईतर भाव्याचा बाप! कसाही आणि कुठंही आला, तरी जित्ता न्हाई जायाचा मागारी!' असे मनोमन उद्गार काढून त्याने खिशातली कुऱ्हाड काढली आणि दांड्याचा तुंबा खाली करून वरच्या निमुळत्या टोकाकडून आत

सरकवली. गच बसण्यासाठी एक-दोन वेळा खाली आपटून त्याने ती रुबाबदारपणे खांद्यावर टाकली आणि बहुत धिमेपणाने पाऊल उचलले. भाकरओढा आला. पाण्याची खळखळ आणि बेडकांची टवटव कानावर आली. काठावरले करंज चिंचेचे गचपान डोळ्यांना जाणवले. काठाची उतर संपली. ओढ्यातला गारवा अंगाला झोंबला. पायाखाली वाळू कुरकुरू लागली.

'काय बेडकं ओरडतात! नाहीतरी भाकरओढ्याचं पात्र भलतच रुंद आणि आता रात्रीच्या या शांततेत तर अधिक रुंद झालंय. ओढा कसला, नदीच ही!'

एवढ्यात एकाएकी एक सणसणून शीळ उठली. मार्तंडाचे काळीज टुणकन उडी मारून खाली बसले. 'कुठून आली? का आली?'

मार्तंडाने मनाशीच विचारलेल्या या प्रश्नाबरोबर चार-सहा जवानांचा वेढा त्याच्याभोवती पडला!

"मार्तंडा!" धारदार आणि ओळखीचा आवाज उठला. "आठ दिस झालं. चल आटप. हाण घाव!"

मार्तंडाची हनुवटी गळ्यात रुतली. नाकपुड्या फुगल्या. डोळे बारीक झाले.

"अरं व्हय, भेतो काय?"

आणि खालचा ओठ दाताखाली गच आवळून त्याने समोर उभ्या राहिलेल्या भाव्यावर कुऱ्हाडीची घावटी टाकली!

पण भाव्याच्या लोखंडी पंजाने ती अधांतरीच ठेचली. कुऱ्हाडीचा दांडा गच धरून तो बोलला, "इतकं सोपं न्हाई ते पोरा. गेन्या, हाण!"

आणि त्याबरोबर कचाकच कुऱ्हाडीचे घाव बसले. एक-दोन किंकाळ्या आजूबाजूच्या झाडाझुडपांना थरथरवीत आरपार निघून गेल्या. गरम रक्ताच्या चिंळकांड्या उडाल्या. आणि मग सारे सामसूम. गप्पगार! बेडकांची टवटव, पाण्याची खळखळ.

सकाळी डोंगराच्या कुशीतून दिवसाचा देव आला आणि पाहू लागला, तेव्हा भाकरओढ्यात रात्री काही विपरीत घडले असेल, अशी ओझरती शंकासुद्धा त्याला आली नाही. दोन दिवस उजाडले आणि मावळले.

राव्याचा जीव टांगून राहिला होता. बाजारला म्हणून गेलेला मार्तंडा अद्याप माघारी कसा आला नाही? शनिवारी रात्री अंधार पडला म्हणून राहिला असेल, उद्या भल्या पहाटे उठून येईल, अशी मनाची समजूत घालून तो झोपला; पण दुसरे दिवशी सकाळी मार्तंडा आला नाही, संध्याकाळीही नाही. आणखीही एक दिवस गेला. 'पोरगा कुठे परस्पर गावाला गेला म्हणावे काय? पण तसा न सांगता-सवरता जायाचा नाही. कुणा बाजारकरूपाशी सांगावा देऊन गेला असता.' सगळ्या गावात आणि मांगवाड्यात त्याने तलास केला, पण कुणापाशी मार्तंडाने काही सांगावा

दिला नव्हता. भाव्याचाही अजून पत्ता नव्हता. 'त्याच्या मागावर पोर कुठे भडाडलं की काय?' नाना शंका, कुशंका. अशा चितागती स्थितीतच राव्या दिवस मावळून बराच वेळ झाल्यावर उठला. गाईला वैरण टाकून त्याने चार घास खाल्ले आणि दिव्यावर फुंक घालून तो आडवा झाला.

मध्यान रात्री राव्या एकाएकी जागा झाला. दचकून उठला. त्याची छाती धडकत होती आणि अंग घामाघूम झाले होते. डोळे विस्फारून त्याने इकडे-तिकडे पाहिले. काळाकभिन्न अंधार, भयाण शांतता.

अंगावरचे घोंगडे फेकून देऊन तो उठला आणि चाचपत-चाचपत कोपऱ्यात ठेवलेली कुऱ्हाड घेऊन बाहेर आला.

फिकट प्रकाश, किड्यांची किचकिच! दूर कुठे कुत्र्यांची भुकभुक!

त्याच्या निश्चयाने टाकलेल्या पावलांचा आवाज केवढातरी मोठ्ठा!

कुऱ्हाडीचा दांडा गच आवळून धरून तो भाव्याच्या खोपटापाशी आला. अंगणातच घोंगडे पांघरून मुरगाळून पडलेला भाव्या त्याला दिसला. त्याच्याकडे पाहत क्षणभर राव्या ताठ उभा राहिला आणि मग सटक्याने खाली वाकून त्याने घोंगड्याला बचकण मारली आणि ते ओढून बाजूला केले!

भाव्या खडबडून जागा झाला. दुमडून उशाशी घेतलेल्या हातावरून डोके किंचित वर उचलून, किलकिल्या डोळ्यांनी त्याने राव्याला न्याहाळला. आणि तिरसटून विचारले, "कोन हाय?"

"मार्तंडाचं भूत!" घोगऱ्या आवाजात राव्याने उत्तर दिले आणि पुन्हा खाली वाकून झटक्याने भाव्याला दंडाला धरून उभे केले.

दोघेही एकमेकांकडे रोखून पाहू लागले.

"खंडोबाची आण हाय तुला भाव्या. खरं सांग, माजा मार्तंडा कुठाय?"

भाव्याचे काळीज लटकन हलले. मार्तंडा कुठाय? राव्याचा एकुलता एक पोरगा. शेळीला आणि वाघाला एका जागी पाणी पाजणारा जवान मार्तंडा कुठाय?

"मला काय पुसतोस?"

"जन्माला येऊन एकदातरी खरं बोल. कोरट नव्हं हे. तू आन तुझ्या साथीदारांनी मार्तंडाला एकला गाठून कुऱ्हाडीनं तोडला का न्हाई?"

'या कानाची त्या कानाला दखल नाही आणि याला कसे अचूक कळले? लेकाला घावट्या घालून मारलेले या बापाच्या जिव्हाराला कुणी न सांगताच उमगले की काय? का मध्यान रात्री जागोजाग कुऱ्हाडीच्या घावाने तुटलेल्या रक्तबंबाळ मार्तंडाने भेलकांडत, सरपटत येऊन बापाला सांगितले? "बाबा, भाव्यानं एकला गाठून मला भाकरवड्यात दगा दिला. माजा पन आता तू पुरा कर. त्याचं रगात सांडल्याबगार माजा जीव घोटाळायचा थांबायचा न्हाई. बाबा, बघ भाव्यानं केलेली

माजी दशा! वार लागून बाहेर लोंबकळत ऱ्हायलेला डोळा. नवीन शिवून आनलेली ही पैरन रक्तानं भिजून वाळून कडकडीत झालीया. हे तांबड्या गेरूनं रंगवलेलं धोतर, घावाजागोजाग चिरून पागळलेल्या रक्तानं अंगाला चिकटून बसलंय. ही गळ्यातली पेटी, ह्ये रुंद छाताड....'' '

''मी न्हाई तोडला. तू तोडलास. तुज्या वागनुकीनं तोडलास. एकुलता एक कवळा पोरगा, मांगाच्या एका घराच्या वसाचा दिवा तू फुकलास. तूच त्येच्या मनात न्हाई न्हाई ते भरवलंस. तरनं रगात तापवलंस. माज्या मनात कायसुदीक नव्हतं. माजं नाव मागं कुनीतरी चालवावं म्हनून माजी तरमळ व्हती. पन तुजी बुद्धी म्हातारपनी चळली. तू त्येला हुलीवर घातलास! पोरगं माज्या जिवावर उठलं. भर चावडीवर 'आट दिसाच्या आत तुजं मुंडकं धडाएगळं करतो' म्हणून व्हड मारली. माज्या अब्रूचा सवाल आला, तवा म्या कुऱ्हाड उचलली. हत्तीवानी गडी हाकनाक घालवलास तू!''

एका दमात भाव्याने हे राव्याला ऐकवले. त्याचा आवाज सारखा चढत होता. राव्या लटलट कापू लागला.

''माज्या वागावाणी मार्तंडाला मारलंस! आता तुला कशाला जित्ता ठेवू?'' असे ओरडून त्याने जीव खाऊन कुऱ्हाड हाणली. खांद्यावर वार तिरपा खोल रुतला. तो घेऊनच भाव्याने राव्याच्या गळ्यावर झेप घेतली.

''थोरला भाऊ म्हनून पयला घाव घेतला राव्या. पन आता सांभाळ!''

दोन्ही पंजाच्या पकडीत त्याने राव्याचा गळा घेतला. दोन्ही अंगठे गळ्याच्या घाटीवर आणले आणि अंगातली सारी रग पिळून ती कचकचून दाबली.

जिव्हारी बाण लागलेल्या डुकरागत रेकत राव्या कुऱ्हाडीची पकड सोडून भाव्याच्या हाताशी झाला आणि धडपडला. तोडल्या झाडागत खाली कोसळला.

दात खाऊन भाव्याने गळ्याकडच्या बाजूला खोल रुतलेली कुऱ्हाड उपसून काढून फेकली. आणि रक्ताचा मुसाडा दोन्ही हाताने अडवीत तो खाली आला.

एका मांगाच्या घराचा पार खणू पुसला!

हा सगळा प्रकार त्या वडिलार्जित खोपटाने पाहिला आहे.

लेंगरवाडीत मांगवाड्याच्या अगदी कडेला लागून ते खोपट आहे. गेल्या सालच्या हस्ताच्या पावसात त्याची ओबडधोबड पाठभिंत ढासळून तिला भले मोठे खिंडार पडले आहे. त्यातून आतले मोकळे कोनाडे, खुंट्या, उखणलेल्या भिंती दिसतात. सरपणाची वाण पडली म्हणजे शेजारीपाजारी एखादा वासा हलक्या हाताने काढून नेऊन चुलीला लावतात. त्यामुळे वरचे काडाचे छप्परसुद्धा जागजागी

विसकटले आहे. काढून नेलेल्या आधाराजागी लहान-मोठे भोसके पडले आहेत. पावसाळ्यात भिंतीवर हिरवेगार गवत तरारले म्हणजे मांगवाड्यातली शेरडे-करडे मुंड्या वाकड्या करून, ढासळलेल्या दगडावरून उड्या मारीत भिंतीवर चढतात आणि त्या गवताचा मुडपा करतात. थंडीवाऱ्याला कुंभाराची गाढवे आत जाऊन निवारा घेतात. मोसम आला म्हणजे उपऱ्या कुत्र्या त्या खोपटाच्या आडोश्याला आपल्या बेवारशी छबड्यांना जन्म देतात. हे सारे बघितले की, माहीतगाराचे आतडे तुटते; वाटते, कसले जवानी गडी! पण....

■

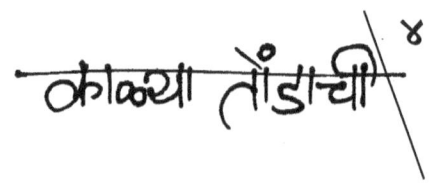

४

काळ्या तोंडाची

टिपूर चांदणे पडले होते. गार वारे नांगरटीतल्या ढेकळावरून भिरभिरत होते. झापाशेजारच्या वाघरीत शेसव्वाशे मेंढरू एकमेकांच्या अंगाशी बिलगून दाटीवाटीनं, फुसफुसत बसून राहिले होते आणि तशा कडाक्याच्या थंडीतही तेवढ्या जागेत विलक्षण उबारा भरून राहिला होता. पलीकडेच गुरापुढचे, शेणघाणीत मळलेले सरमाडाचे चगळ होते आणि त्यात उबीला अंगाचे वेटोळे करून शिव्या पडला होता. आसपास चार-सहा मैल गाव नाही अशा त्या एकलकोंड्या वस्तीवर शिव्या आपल्या खाल्ल्या भाकरीला जागत होता. त्याचे मुद्दाम कापून लांडे केलेले कान सावट घेण्यासाठी उभे होते आणि झोपेने भारावलेले डोळे दूरवर पसरलेल्या त्या चंदेरी शिवारात कुठे एखाददुसरे जित्राब लपतछपत येऊन मेंढरावर पडतेय काय यासाठी जागरूक होते.

धारदार सुरीप्रमाणे अंगाला लागणाऱ्या गार झुळका सुटत होत्या. वाघरीत आणि आसपास पडलेल्या मेंढरांच्या खताचा उग्र, कुबट दर्प साऱ्या शिवारभर पसरत होता. शिवार चित्रागत शांत होते. नेपीहिंगणाच्या झुडपातून वारा घुसून जाई, तेवढाच आवाज!

कसलीतरी चाहूल आणि कान उभारून, मान उंचावून शिव्याने बावरून सभोवार पाहिले. पलीकडची धुलबाजीची ताल ओलांडून एक पांढरीस्वच्छ आकृती शिवारातून दुडकत जात होती.

सरमाडाच्या पेंड्या खसपसल्या. वाघरीत दाटीवाटीने बसलेली मेंढरे जागच्या जागी भीतीने लटकन हलली आणि खाली केलेल्या माना उंचावून धडधडत्या छातीने ती पाहू लागली. सिंहासारखा गर्जत, झेपावत शिव्या तालीकडे जात होता.

गलोलीतून सुटलेल्या खड्यासारखा शिव्या त्या पांढऱ्या जित्राबशी जाऊन भिडला आणि त्याचा आवेश कुठल्या कुठे पळाला! चांदण्याने पालटलेल्या त्या काळ्याशार शिवारात शिव्यापुढे बारीक कमरेची एक पांढरीशुभ्र पशमी कुत्री मान खाली घालून आन् शेपूट मागल्या दोन पायात खेचून धरून उभी होती. तिचे तोंड वीतभर लांब होते. नाकातोंडातला भाग तेवढा काळाकरंद होता. आपली लवचीक,

पातळ जिभली टिचभर बाहेर काढून ती धापा टाकीत होती. तिचे पाय अर्धेअधिक चिखलाने लडबडले होते. ती खूप दमली होती, असे शिव्याला वाटले. तिचा तो नाजूक बांधा पाहून त्या दूरवरच्या वस्तीवर सोबतिणीसाठी आसावलेले त्याचे मन आनंदाने फुलारून गेले. मोठ्या डौलाने आपली जिभली तिच्या लांबट तोंडावरून, ओठावरून त्याने पुन:पुन्हा फिरवली. तिच्या नाकाशी नाक भिडवले आणि आनंदाने नाचूननाचून तिचे पांढरेशुभ्र केसाळ अंग त्याने जागोजाग हुंगले. आपला पहाडी आवाज शक्य तितका मृदू करून त्याने विचारले, ''किती दमली आहेस तू! कुठनं आलीस? वाट तर नाही ना चुकलीस?''

स्त्रीसुलभ लज्जेनं चंपी बावरून, गोंधळून गेली होती, तरीपण दु:खाने भाजलेल्या तिच्या हृदयाला शिव्याच्या रांगड्या प्रेमळ चौकशीने कितीतरी बरे वाटले! तिने मंदपणे उत्तर दिले, ''नाही, वाट चुकले नाही; पण जाणूनबुजून वाट नेईल तिकडे जातेय काल कडुसं पडल्यापासून.''

''काल सांजच्यान चालतीयास?''

अधिक मायेने शिव्याने तिचे चिखलाने भरलेले पायसुद्धा जिभेने चाटूनपुसून लख्ख केले. आपल्यासंगती झापापाशी येण्यासाठी तिच्या नाकदुऱ्या काढल्या. आन् तिला घेऊन उड्या मारीत तो झापापाशी आला. क्षणभर सरमाडाशी टेकायला सांगून तो पुन्हा दौडत गेला आणि परत आला. एक तवाभर मोठी भाकरी तोंडात धरून त्याने अजिजीने ती चंपीपुढे केली.

''खा नं!'' अभिमानाने तो म्हणाला, ''चोरून नाही आणली मी झोपडीतून! अगदी माझी आहे. काल करड्याच्या पेट्यावर कांड्याकुरकुच्याचा थवाच्या थवा पडला. त्यातली एक पायात अन् पकडात अधू होती. तानूनच पाडली खाली. आणि पोट टम् झालं तिच्या सागुतीनं. मग काय रात्री मालकिणीनं टाकलेल्या भाकरीवर मन होतंय? भाकरी तशीच ठेवली झालं पुरून शिवारात. तीच आणली आहे आता काढून.''

चंपीने एकवार प्रेमळपणाने त्याच्याकडे पाहिले. ती जाडजूड भाकरी पुढल्या दोन पायात पकडली आणि तोंड कलते करून ती चांबलू लागली. तिच्याकडे पाहत शिव्या शेजारी दोन पायावर बसून राहिला.

चंपीची भाकर खाऊन झाली. गुरासाठी वाफ्यात काढलेले पाणी तिने पल्लेदार जिभेने चटचट पिऊन घेतले. पाण्याची अन् चाऱ्याची दोन्ही कुसा टम झाल्या.

''ऱ्हातीस इथं आमच्या वस्तीवर? माझा मालक खूश होईल तुला बघून. मेंढरामागं मी गेल्यावर वस्तीवर कुणी नसतं राखणीला. तू ऱ्हाइलीस, तर जमेल सारं. कधी मी वस्तीवर ऱ्हाईन, तू मेंढरामागं जा. कधी मी मेंढरामागं जाईन, तू वस्तीवर ऱ्हा. आधीमधी करीला मात्र सश्यावर दोघं संगं जाऊ.''

चंपीच्या होकाराची वाट न पाहता शिव्याने पुढली चित्रे रंगवली, बेत रचले.

"नको!" आवेगानं चंपी म्हणाली, "माझी कुणापाशी राहण्याची लायकी नाही. हे पाहिलंस माझं काळं तोंड! काळ्या तोंडाची कुत्री वाईट पायगुणाची असतात. जिथं-जिथं ती जातील तिथं-तिथं मसणवाट होते. तुझ्या धन्याचं गोकुळागत भरलेलं घरदार मसणवाट होऊ नये असं तुला वाटत असेल, तर मला इथं राहण्याचा आग्रह करू नकोस! याच माझ्या काळ्या तोंडानं भरल्या वाड्याला मुकले मी. आज एखाद्या वैदाच्या कुत्र्यासारखी रानबहिरी झाले आहे. आता मला कुण्णा-कुण्णापाशी राहावंसं वाटत नाही. दूर दूर जाणार आहे मी की, जिथं या जगावरलं एक कुत्रंसुद्धा मला भेटणार नाही!"

चंपीच्या या असहाय, उद्वेगपूर्ण बोलण्याने शिव्याचे डोळे पाण्याने डबडबले. निराशल्या मनाने तो कुठेतरी पाहत राहिला.

काही वेळ कुणी कुणाशी बोलले नाही.

"चल! तुझं हृदय दुखावणं जिवावर येतं माझ्या." गहिवरल्या आवाजात चंपी म्हणाली, "कुत्र्याची जात भाकरीशी बेइमान होत नाही. तुझी भाकरी खाल्ली आहे मी आज. निघेल तेवढा वेळ तरी मला तुझ्या संगतीत काढू दे."

शिव्या आनंदून गेला. बालिशपणाने त्याने जागच्या जागीच उलट्यातिलट्या उड्या मारल्या. पवित्र्यात उभे राहिल्यागत करून एकदम चंपीवर झडप घातली. सुळे न बुडतील अशी काळजी घेऊन तिचे लुसलुशीत अंग लाडिकपणाने आपल्या टोकदार दातांनी जागोजाग दुखवले.

झेपा टाकीत ती दोघे पाचोळ्यात मनसोक्त लोळली अन् एकमेकांना बिलगून विसावली. चंपीच्या शेपटीशी चाळा करीत शिव्या उताणा पडला आणि दोन पायांवर बसलेली चंपी म्हणाली, "शिवा, माझी कहाणी ऐकशील, तर एक क्षणसुद्धा मला इथं ठेवून घ्यायला तयार होणार नाहीस तू!"

"का?" चंपीचे दातात पकडलेले शेपूट सोडून उठून बसून शिव्याने विचारले, "एवढं काय कुणाचं मांजर मारलं आहेस तू? काय उणंवाईट आहे तुझ्यात?"

"हे माझं काळं तोंड! सारं अंग कसं सोजीच्या लाट्यासारखं पांढरंशुभ्र आहे. आणि हे तोंड बघ, तव्याच्या बुडासारखं काळं! त्यानेच माझ्या धन्याचं घर सोडावं लागलं मला. सात जन्मांच्या पुण्याईनं लाभणार नाही असलं घर!"

चंपी आपली हकिकत सांगू लागली.

"कौठुळीगावी बिडकर इनामदाराची जी एक-दोन घरं तग धरून आहेत, त्यांच्यापैकी एकात मी लहानपणी आले. चारी बाजूला मोठमोठे अजस्त्र बुरूज असलेल्या त्या वाड्यात पाचपंच्याहत्तर खण इमला उभा होता. मधोमध पडदी घालून दादासाहेब आणि बापूसाहेब हे चुलतभाऊ राहत होते. दादासाहेबांची फार

हलाखीची स्थिती! त्यांच्या पाच पोरांपैकी धाकट्या अंतानं आपल्या जेवणातून चतकोरनितकोर भाकरी माझ्यापुढे टाकावी अन् माझं इवलंसं पोट भरावं. समाईक असलेल्या रुंद अंगणात मी खुशाल दिवसभर बागडावं, असं चाललं होतं. मी तीन महिन्यांची झाले आणि माझ्या काळ्या तोंडामुळे घरधन्यावर अरिष्ट कोसळलं! दादासाहेबांच्या वयातीत म्हातारीचं डोकं एकाएकी फिरलं नि वयाला न शोभणारं वर्तन, बोलणं तिच्याकडून होऊ लागलं. प्रपंचानं गांजलेले दादासाहेब अधिकच गांजले, कातावले! आणि ठाण्याला असलेल्या आपल्या सख्ख्या भावाकडे बिऱ्हाडासह निघून गेले. चारचौघा भाऊबंदांत अब्रूची खराबी नको आणि इस्पितळात म्हातारीवर काही इलाजही होईल असा त्यांचा विचार! जाताना धाकट्या अंतानं मला बरोबर घेण्याचा हट्ट धरला. पण ''लेका, आपली पोट भरायची पंचाईत झालीये अन् कुत्रं कुठं वागवतोयस फासेपारध्यासारखं?'' म्हणून त्यांनी त्याला दटावलं. गाडीला गावाबाहेर पोहोचवून मी भकास मनानं मोकळ्या सोप्यात बसून राहिले. घर पाठी लागल्यागत वाटायला लागलं.

''एक-दोन दिवस गेले आणि एके दिवशी उमा रामोश्यानं बापूसाहेबांना कळकळीनं सांगितलं, ''सरकार, कुत्रं चांगल्या औलादीचं हाय. गावातनं उकरडं फुकंल आन् गावढळ हुईल. भरल्या गाड्याला का सुपाचं वज्ज हुतंय? टुकडा टाकत जा!''

''बापूसाहेबांच्यात मी राहिले. गळ्यात कोरा पट्टा अडकवला गेला. न्हाणं, दूध, सारंकाही आरामात वेळच्या वेळी चाले. माजघरातून परसदाराकडं पळताना कुणी दरडावलं, तर एवढ्या सोवळंओवळं पाळणाऱ्या आईसाहेब, पण त्यासुद्धा कळवळून म्हणत, ''अरे, नका रे मारू. त्याला काय बाळाला? मुका जीव! बांधून घाल जा पुढल्या सोप्यात माच्याच्या पायाला. भुकेलं असेल. दुपार झाली. दूध ठेव हो हे त्याच्यापुढे!''

''आणखी दोन महिने गेले. ताईसाहेबांची लती मला धरून उभी राह्यला शिकली. बापूसाहेबांच्या गादीवर रात्री मी खुशाल झोपे. वाड्यात येणाऱ्या-जाणाऱ्यावर धावे. तीन वर्षांचा राजा शेपटी ओढे, केस उपटे आणि कानाला धरून माझं तोंड खालीवर करीत 'जंबे जू ग हुके ऽ ऽ जू जू ऽऽऽ' असली अर्थशून्य गाणी मला उद्देशून म्हणे आणि 'जंबी'सुद्धा त्यानं चालवलेले हाल सहन करी. त्याचं गोरंपान नितळ अंग चाटून-पुसून घेई.

''मध्यंतरी एकदा कुठूनसे एक मिशाळ गृहस्थ पाहुणे म्हणून आले आणि माझ्याकडं पाहून त्यांनी मुक्ताफळं उधळली, ''बापूसाहेब, हे कुत्रं कुणी दिलं आपणाला? काळ्या तोंडाचं, अपशकुनी बेटं! मला अनुभव आहे याचा.''

''आणि मग त्यांनी आपले अनुभव सांगितले :

“काळ्या तोंडाचं कुत्रं पाळल्यामुळे त्यांचा एकुलता एक सुभाष वारला होता. सातविती मोती घोडा एका रात्रीत सरांड्या होऊन गिधाडापुढं गेला होता आणि शामराव पाटील, दस्तगीर हवालदार यांनासुद्धा आली होती प्रचिती! त्यांच्याकडेही होती काळ्या तोंडाची कुत्री. दस्तगीर लाच खाल्ल्यावरून बडतर्फ झाला आणि शामरावाचा हत्तीसारखा खोंड रात्रीत दावणीला मुडदा होऊन पडला. आणि हे सारं सांगून ते म्हणाले, ‘ऽमी गोळी घातली अखेर माझ्या कुत्र्याला. मग सारं स्थिर झालं. तुम्ही हे कुत्रं घरात ठेवू नका. एखाद्या वैदाला देऊन टाका!”

“बापूसाहेबांनी दुर्लक्ष केलं, पण तेव्हापासून माझे लाड मात्र कमी होऊ लागले. घरात जो-तो हिडीसफिडिस करू लागला. दिवस जातच होते. त्यांना काय? आणि एके दिवशी दावणीची पितळी गाय एकाएकी टम फुगली. वैरणपाण्याला तोंड लावीना. फुंकणीतून तेल पाजलं, निंबाचा रस पाजला, पण तिची धडपड थांबली नाही. आपल्या दोन महिन्यांच्या बाळाला मागे ठेवून पुतळी नंदीच्या भेटीला गेली. माझे दुर्दिन सुरू झाले. माझ्या पायगुणानं दादासाहेबांच्या म्हातारीला वेड लागलं. ही काळतोंडी कुत्री आमच्या घरी येऊन दोन महिने झाले नाहीत, तोच हे अरिष्ट कोसळलं, असं घरात बोललं जाऊ लागलं. मला उपास होऊ लागले. आईसाहेबांच्या हातची जळकी लाकडं पाठीत बसू लागली.

“काही दिवस गेले आणि राजूही मागल्या दारच्या आडात पडून वारला! माझं मलाच वाटू लागलं की, माझ्या तोंडामुळं हे झालं! घरी येण्याचं मी शक्यतो टाळू लागले. तरीपण दारात उभी राहून मोकळ्या दावणीकडे पाहत बसे आणि पोटात भडभडून येई.

“पुढं तर दैवानं कडेलोटच केला! खुद्द बापूसाहेबच अर्धांगवायूनं आजारी पडले! उशापायथ्याशी माणसं बसून राहिली. सारा गाव हळहळू लागला. एके दिवशी मीही दिवेलागणीच्या सुमारास बापूसाहेबांच्या खोलीत गेले आणि त्या अंधूक प्रकाशात त्यांच्या पायाशी बसून तळवे चाटू लागले. आणि ते किंचाळले, “शाम्या, रंग्या, अरे कुणी धावा! गोळी घाला या अवदसेला! हिचं काळं तोंड माझ्या डोळ्यासमोर नको!” आणि त्यांनी झिंझाडलेल्या लाथेनं खांबावर आपटले मी! थरथरत्या अंगानं मी बाहेर पडले आणि उपाशी पोटानं माझं काळंकुट्ट तोंड लपवत वाट फुटेल तिकडे धावू लागले.

“आन् आता तुझ्यापाशी येऊन थांबले. त्यांचा कुणाचा काही दोष नाही. परमेश्वर बापूसाहेबांना या आजारातून लवकर बरं करील! त्यांची मुलंबाळं, आईसाहेब सुखानं राहोत! ती सारीच माणसं देवासारखी होती. मीच कमनशिबी, त्याला कोण

काय करणार?''

इतका वेळ शांतपणाने ती सारी हकिकत ऐकून घेत असलेल्या शिव्याने डोळ्यांना आलेले पाणी पंजाने पुसून टाकले.

''छे! उगीच कायतरी लावून घेतीयास तू मनाला! कावळा बसायला आन् ढाळी मोडायला गाठ पडली म्हणजे कोन कावळ्याच्या भारानं ढाळी मोडली म्हनत नाही. तुझ्याकडं काय चूक नाही. बापूसाहेबांचं नशिबच फिरलं, त्याला कोन काय करणार? तू खुशाल माझ्यापाशी ऱ्हा. आनंदानं ऱ्हा. बरं झालं तुझं त्वांड काळं हाय ते. त्यानं मला सोबत मिळाली.''

आणि पुन्हा शिव्याने आपले बालिश चाळे केले.

चंद्र मावळून गडद अंधार पडला होता. चांदण्या चमचम करत होत्या. एकमेकांच्या कुशीत ती दोघे पाचोळ्यावर झोपी गेली.

कसल्यातरी गोंगाटाने खडबडून शिव्या-चंपी जागी झाली आणि बावरून पेंगुळल्या डोळ्याने त्यांनी सभोवार पाहिले. शिव्याचा ऊर भीतीने दडपून गेला. झोपडीजवळ घातलेली चार-पाच हजार कडब्यांची गंज कापराच्या वडीसारखी जळत होती! धुराचा लोळ वावटळीसारखा आकाशात उफाळत होता. सारे शिवार त्या तांबूस ज्वाळांच्या प्रकाशाने काठोकाठ उजळून निघाले होते. कडब्याचा करपट वास शिवारभर पसरला होता. वस्तीवरले बायाबापे, पोरेठोरे हवालदिल होऊन ओरडत होती. शिव्या तीरासारखा तिकडे धावला.

थिजल्या डोळ्यांनी चंपीने हे सारे पाहिले. त्या गंजीसारखाच आगीचा लोळ तिच्या उरात उफाळला. त्या गोंगाटातून 'काळ्या तोंडाची!', 'काळ्या तोंडाची!', 'अपशकुनी हडळ!' अशा आरोळ्या आपल्या कानाचा पडदा फोडून आत घुसत आहेत, असे तिला वाटले आणि झटकन तोंड फिरवून त्या काळ्याशार शिवारात ती दूर निघून गेली!

■

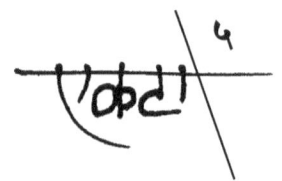

५

एकटा

मनुष्यवस्तीपासून दूर असे मोकळे रान, तुरळक झाडेझुडपे वाढलेली. त्यांपैकीच आटोपशीर विस्ताराच्या एका जांभळीच्या खोडाला एक लहानसे भोक; बुंध्यापासून बऱ्याच उंचीवर. त्यातून तिने हळूच तोंड बाहेर काढले. गुलाबाच्या पाकळीएवढे कान टवकारले. इकडे-तिकडे घाईघाईने पाहिले आणि चटकन ती आपल्या घरकुलातून बाहेर आली आणि शेपटाचा झुपका उडवीत बुंध्याकडे धावली.

ती बाहेर पडली हे ध्यानात येताच घरकुलांतली तिची तीन छबडी शेंगा फोडून खाता-खाता थांबली. त्यातले एक भोकाच्या तोंडाशी आले आणि तोंड व पुढले दोन्ही पाय बाय बाहेर काढून खाली वाकून पाहू लागले.

आणि मग एकामागून एक अशी ती तिघेही खाली डोके वर पाय करून खोडाच्या मलखांबावरून सुर्रकन खाली घसरली.

पण त्यांची ती घसरगुंडी अर्ध्यावरच थांबली.

आईच्या खेकसण्याचा परिचित आवाज कानावर येताच त्याच पावली तोंड फिरवून त्यांनी तातडीने घर जवळ केले. एकमेकांच्या कुशीत घुसमडून ती गप्पचिप्प बसून राहिली. बकुळीच्या फुलाएवढी त्यांची हृदये भीतीने थरथरू लागली. आईचा तो स्वर त्यांच्या परिचयाचा होता आणि त्यावरून त्यांची खात्री झाली होती की, खाली जाण्यात धोका होता. फासेपारध्यांनी बुंध्याला जाळे गुंडाळून ठेवले असावे किंवा गुराख्याचे एखादे उनाड कारटे आपल्या दुष्ट कुत्र्यासह आले असावे. काहीतरी धोका होता निश्चित!

"शिर्रऽऽ शिर्रऽऽ"

पुन्हा तोच आवाज.

बुंध्यापासून सात-आठ हात वर खोडावर राहून ती चिमुकली खार संतापून ओरडत होती. मनात म्हणत होती, 'हा धोकेबाज प्राणी आणखी किती वेळ असा बसणार आहे? खाली पसरलेल्या मऊ, लुसलुशीत हिरवळीवरून शेपूट नाचवत पळायला किती मजा येईल! त्या समोरच्या बाभळीवरच्या दोघी जणी आल्या म्हणजे पाठशिवणीच्या खेळाला किती रंग भरेल!

'सारा विसर झाला या आडदांडाच्या अडवणुकीने!'

आणि मग नाक फेंदारून, शेपूट उडवून ती पुन्हा ठिसकली, "शिर्रऽऽ शिर्रऽऽ!" पण बुंध्याशी बसलेल्या मोत्यावर त्याचा फारसा परिणाम झाला नाही. त्याने आपले केसाळ कान किंचित वर उचलल्यासारखे केले आणि करडे डोळे अर्धवट उघडून पुन्हा मिटले. एरवी त्याने भुंकून-भुंकून त्या चिमुरड्या पोरीची दाणादाण उडवली असती; पण आज त्याचा मनोभाव ठीक नव्हता. त्याची कोणावर गुरकावयाची इच्छा नव्हती. तो स्वस्थ पडून होता; एकाकी, परका, दुःखमग्न असा पडून होता. सकाळपासून आतापर्यंतच्या आठ-दहा तासांच्या अवधीत त्याच्या साऱ्या कुटुंबाची वाताहत झाली होती. त्याचे छोटेसे जग उद्ध्वस्त झाले होते. ते खेडे, त्यात सुखासमाधानाने राहणारा धनी, त्याचे घर, गुराचा गोठा या साऱ्यांचे दर्शन घ्यायचीसुद्धा त्याची इच्छा नव्हती, मुळीच नव्हती!

सकाळी ऊन पडल्यावर तो जागा झाला. याचा अर्थ रात्रभर तो झोपला होता असे नव्हे. त्याची झोप आणि जाग यातली सीमारेषा सूक्ष्मतम होती. तो पटकन झोपे आणि पटकन जागा होई. तास-अर्धा तास तो कोठे गाढ झोपून राहिला आहे, असे कधीच घडत नसे. वैरणीत खसपसणाऱ्या उंदराची चाहूल किंवा सामसूम झालेली पाहून घरात येणाऱ्या चोरट्या भाऊबंदाची चालसुद्धा त्याला गाढ झोपेतून जाग आणी. दिवसा उद्योग करावा आणि रात्री झोप घ्यावी हे वेळापत्रक तर त्याला मुळीच लागू नव्हते. सकाळी, संध्याकाळी, दुपारी, तिसऱ्या प्रहरी तो केव्हाही झोपे.

जाग येताच त्याने उठून उभे राहून पुढचे पाय तणावले, मान लांबवली, पाठ अंतर्वक्र केली आणि कान फडफडून आळस झाडून टाकला. गुराच्या गोठ्यातील चगळातून तो बाहेर पडला.

लवकरच दुडक्या चालीने गल्ली, बोळ ओलांडून तो परक्या घरानजीक आला.

ढासळलेल्या दगडावरून उड्या मारीत अर्धवट उभ्या असलेल्या भिंतीवर चढला आणि नाकपुड्या फुगवून वास घेत आत डोकावून पाहू लागला.

कोपऱ्यातल्या फोफाट्यात ती पहिलटकरीण पुढच्या दोन पायांवर तोंड ठेवून डोळे मिटून पडली होती. तिची इवलीशी बाळे तिच्या कुशीत झोपली होती.

वर उभ्या राहिल्या-राहिल्याच त्याने विव्हळल्यासारखा आवाज केला.

आपले मोठाले डोळे उघडून तिने चटकन तोंड उचलून वर पाहिले आणि क्षीणपणाने आपली लांबलचक केसाळ शेपटी हलवली.

मग तो हलकेच उतरून खाली गेला. तिच्या नाकाला नाक भिडवून पुन्हा तिचे अंग चाटू लागला. तिची पांढरीशुभ्र गुबगुबीत काया आता अगदी कृश आणि मलीन झाली होती. चाहूल लागून तिच्या कुशीतली बाळे जागी झाली आणि कासेत

घुसमडून सुपसुप पिऊ लागली. त्या दोघा जणांची अंगेही बापाप्रमाणे तांबूस रंगाची होती. आणि कपाळ, पाय व शेपटाचे टोक यांना पांढरे ठिपके होते. त्यांचे कोवळे तळवे डाळिंबाच्या फुलासारखे तांबडेलाल होते आणि अंगे नितळ होती. त्याला जिभेने स्पर्श करताच मोत्याला किती सुख झाले.

डोळे भरून त्यांच्याकडे पाहून मग तो बाहेर पडला.

रस्त्यावरून तो नीट गेला नाही. एका ठिकाणी पायाने कचरा फिस्कारीत असणाऱ्या चार-सहा कोंबड्यांवर तो चालून गेला आणि त्याने त्याची दाणादाण उडवली. कचऱ्यात पडलेले फाटके चिरगुट पाहून एखादे वन्य श्वापद दिसले आहे अशा आविर्भावाने त्याने पवित्रे टाकले, अंगविक्षेप केले आणि त्याच्यावर झडप घातली. ते फाटके लक्तर तोंडात धरून तो उगाचच इकडेतिकडे धावला आणि शेपटी पायाखाली धरून, झिंझाडून-झिंझाडून त्याने त्या लक्तराच्या बोटबोट चिंध्या केल्या.

या नादात तो असतानाच कोठूनशी भिकारणीची आरोळी त्याच्या कानावर आली आणि तोंड वर करून, जीव तोडून भुंकत तो त्या दिशेकडे धावला.

आणि मग त्यानंतर दुपारपर्यंत त्याने कितीतरी वेगवेगळी कामे पार पाडली. त्यात मोठा भाग भिकारणीला सतावण्याचा होता. अनेक घरे मागपर्यंत तो तिच्या मागोमाग भुंकत हिंडत होता. एकदा तर अगदी जवळ जाऊन तिच्या अंगावरचे पटकूर ओढायचा धाडसी विक्रमही त्याने केला.

अखेर ती भिकारीण सोडून तो दुसरीकडे धावला!

इनामदाराच्या वाड्याच्या पाठीमागच्या बाजूला काही गडबड असल्याचा वास त्याला आला होता. आणि खरेच, शंभरसव्वाशे माणसांच्या पंगतीत उष्ट्या पत्रावळ्यांचा ढीग तेथे पडला होता! अद्याप ही बातमी गावात फारशी फुटलेली दिसत नव्हती. कारण एकच मरतुकडे कुत्रे शेपूट दोन्ही पायात खेचून धरून, त्या ढिगात तोंड खुपसून, भाताची शिते हुडकत होते.

अशा वेळी ताकद उपयोगात आणायची नाही तर केव्हा? मोठ्या आवेशाने धावत जाऊन त्याने त्या किडक्याच्या अंगावर झेप टाकली आणि निमिषात त्याला जमीनदोस्त केले. त्याच्या उरावर पंजा ठेवून एखाद्या विजेत्या वीराप्रमाणे तो उभा राहिला; पण त्या अनपेक्षित हल्ल्याने घाबरून ते बिचारे केकाटू लागले. त्या केकाटण्याबरोबर आजूबाजूहून अनेक आवाज उठले.

गांगरलेल्या नजरेने आणि टवकारल्या कानाने मोत्याने इकडेतिकडे पाहिले; आणि तो एवढ्या चपळाईने पळाला की, दूर आल्यावर त्याने स्वत:च्या चपळाईचे आणि धारिष्ट्याचे मनोमन कौतुक केले!

त्यानंतर वाटेत भेटणाऱ्या भाईबंदांना दम देण्याचा ठरावीक कार्यक्रम, एकदोन कोवळ्या पोरींशी लगट, एका केल्यासवरल्या बाईशी मस्ती, हे हुंग ते हुंग,

कोणावर गुरकाव, कोणावर धाव; आणि हे चालू असतानाच त्याला जाणीव झाली, की, त्याला भूक लागली होती. तो घराकडे वळला.

त्याला वाटले की, आता तिलाही भूक लागली असेल; पण जेवणाखाण्याच्या बाबतीत ती दोघे एकमेकांवर अवलंबून नव्हती. त्याची खात्री होती की, भूक लागली तरी ती कोठेही जाऊन भागवू शकेल. कारण ती कोणी पाळलेली नव्हती. गावात भटकणाऱ्यांपैकी एक होती. तरीपण जेवणाच्या वेळेला कोठल्याही घरापुढे लोचटपणाने थोडा वेळ उभे राहिले की, भाकरीचा तुकडा मिळतो आणि अशी चारआठ घरे पाहिली की, पोट भरते; आणि पाणी काय, कोठेही मिळू शकते. या अगदी मामुली गोष्टी होत्या, आणि म्हणूनच फारसा विचार न करताच तो घरी आला.

त्याचे घर म्हणजे एका खेडुताचे घर. त्यात कोठेही जायला-यायला मोत्याला बंदी नव्हती. स्वयंपाकघर, बसाय-उठायची खोली, न्हाणीघर असले काही चोचले त्या घरात नव्हते. एक लांबचलांब सोपा आणि त्याच्या आत अंधारी माळी. बस. स्वयंपाक त्या सोप्यातच, सरपणाचा ढीगही तेथेच आणि शेरडे बांधायला जागाही तेथेच.

चुलीपुढे बसून मालकीण भाकरी थापीत होती. मोत्या तेथे जाऊन उभा राहिला. तिची हिरवी काकणे पिठात माखली होती. कपाळावर घाम डवरला होता आणि कुंकू ओलावून ओघळायच्या बेतात होते. चुलीला लावलेली भाकरी मधोमध करपत होती.

– या साऱ्या गोष्टी मोत्याच्या नजरेतून सुटल्या नाहीत. उभ्या राहिल्या-राहिल्याच जिभल्या चाटून त्याने एक-दोन वेळा कुरकुर केली आणि पुन्हा जीभ बाहेर काढून धापा टाकायला सुरुवात केली.

मालकिणीच्या लक्षात आले. पिठाने भरलेल्या हाताच्या दंडाने तिने कपाळावरचा घाम पुसला. शेजारी दुरडीत पडलेल्या भाकरीला हात घातला आणि एक जाडजूड भाकरी उचलली.

तिच्या या हालचालीबरहुकूम मोत्याचे तोंड वर-खाली-बाजूला होत होते. पुढे टाकलेली भाकरी उचलून घेऊन तो अंगणात आला आणि दोन्ही पायात धरून कुरतडू लागला. लवकरच त्याने ती खाऊन संपवली. अंगणात आडानजीक असलेल्या डोणीतील पाणी लपलप करून प्यायल्यावर त्याचे पोट तुडुंब झाले!

यानंतर गोठ्याच्या पाचोळ्यात तो खुशाल ताणून देणार होता; पण हा विचार मनात येत असताना त्याची पावले बाहेर पडली आणि सराईतपणे नेमकी त्या पडक्या घराकडे वळली.

...आणि तिथे पोहोचताच काही वेळ तो निश्चल उभा राहिला. आणि मग त्वेषाने त्या कावळ्यांच्या जमावावर धावून गेला. भराभर उडून गोंगाट करीत ते आजूबाजूला पांगले.

काही वेळापूर्वीच त्याने ज्यांना आईच्या कुशीत निवांत पडलेले पाहिले होते त्या

बाळांची अर्धीमुर्धी शरीरे त्या धुळीत पडली होती.

आणि त्यांची आई? ती कोठे गेली होती?

त्या रणरणत्या उन्हात कोणत्यातरी घराच्या उंबऱ्यात आशाळभूतपणे उभी राहिली असणार होती का? तिला या अनर्थाची कल्पनाही नव्हती!

तोंड वर करून त्याने वास घेतला आणि खाली उतरून तो चालू लागला. काही वेळाने तो एका ठिकाणी थांबला.

या तापलेल्या फोफाट्यात अस्ताव्यस्त पडून ती पाय झाडीत होती.

चार-सहा पोरे व्याकूळपणाने तिच्या हालचालीकडे पाहत अवतीभवती उभी होती.

"ती आता लवकरच मरणार." त्यातले एक पुटपुटले.

"हं, पण हे शिपाई विष घालून का मारतात कुत्री?" दुसऱ्याने विचारले.

"रोगराई होऊ नये गावात म्हणून."

"कुत्र्यांमुळे?"

"हो, घाणेरड्या, उपऱ्या भटकणाऱ्या कुत्र्यांमुळे."

"पण ही काही लूत भरलेली आणि घाणेरडी नव्हती!"

या प्रश्नोत्तरांनंतर ती पोरे गप्प झाली.

आपले काळीज कोणीतरी दोन दगडांखाली चेचत आहे, असे मोत्याला वाटले. तो पुढे झाला आणि तिच्याजवळ जाऊन त्याने तिचे तोंड हुंगले. तिचे डोळे उघडे होते, पण तो आला होता, हे कळण्याइतपत ती शुद्धीवर नसावी. ती पाय झटकत होती.

खूप लोळल्यामुळे आजूबाजूच्या फुफाट्यावर तिच्या अंगाचे ठसे उमटले होते.

तिच्या तोंडाच्या एका कोपऱ्यात पाणी ओघळत होते आणि तेथे माती चिकटल्यामुळे ती जागा चिखलाने लडबडल्यागत वाटत होती.

तिची ती धडपड त्याला पाहवली नाही. तोंड फिरवून तो वळला आणि काही अंतरावर जाऊन बसला. त्याला वाटले, आपल्यादेखत हे घडत असून आपणाला काही करता येत नाही. तिला यातून सोडवायला आपण असमर्थ आहोत.

ही जाणीव त्याच्यासाठी अधिक दुःखकारक होती.

काय केले होते बिचारीने म्हणून विष दिले तिला? काय म्हणून? उनाड उपरी माणसेसुद्धा असतात. तीसुद्धा गल्लीबोळातून भटकतात. त्यांच्यामुळे नाही का रोगराई होत? मग त्यांना का नाही मारत?

तोंड वर करून तो भयंकर ओरडला आणि गप्प बसला.

काही वेळ गेला.

आता समोर एक फाटकी लक्तरे घातलेला माणूस त्या मेलेल्या कुत्र्याच्या

पायाला दोरी बांधून फरफटत ओढत होता. फुपाट्यातून ओढत नेल्यामुळे त्याच्या मागोमाग फरफटा उठत जात होता.

हे सारे त्याच्या करड्या डोळ्यांना दिसत होते.

तो उठून मागोमाग गेला.

गावाबाहेर गेल्यावर दूर ओढ्याच्या रखरखणाऱ्या वाळवंटात त्या माणसाने ते मढे टाकले आणि तो निघून गेला. तो गेल्यावर मोत्या जवळ आला आणि तिच्या अंगावर गडबडा लोळू लागला. त्याचे डोळे तांबडेलाल झाले. तापल्या वाळूचे चटके सोसेनात तेव्हा तो काठावर असलेल्या झुडपाच्या सावलीत गेला आणि भेसूरपणे सूर काढून तो ओरडू लागला, तोंड वर करून रडू लागला.

काव-काव करीत, पंख उडवीत कावळे जमा झाले. त्या ओल्या बाळंतिणीच्या अंगाचे लचके तोडू लागले.

अवजड पंख फडकावीत गिधाडे उतरली. पांढरी-काळी, लहान-मोठी कितीतरी!

वाकड्या चोची उगारून घारी धावल्या.

गुळाच्या खड्याभोवती मुंगळे जमावेत तसे ते सारे पक्षी जमले. त्या मेजवानीवर आणि एकमेकांवर तुटून पडले. आपल्या बाकदार तीक्ष्ण चोची खुपसून, तोडून-तोडून अधाशीपणे मांसखंड गिळू लागले!

त्याच्या डोळ्यांदेखत हे सारे चालले होते. तो उठला. मोठमोठ्याने भुंकत गावाच्या दिशेने धावू लागला. लवकरच गावात शिरला.

डोक्यावर वैरणीचा भारा घेऊन कोणी माणूस पाठमोरा जात होता. त्वेषाने जाऊन त्याने त्याच्या पोटरीचा लचका तोडला. किंचाळून तो खाली कोसळला. पोटरीतून मांस, रक्त ओघळू लागले.

कुठल्याशा एका घरापुढे कुणी बाई वाळवण राखत बसली होती. तिच्यावरही धावून जाऊन त्याने तिची पाठ फोडली.

एका घराच्या पाठभिंतीला एक मरतुकडे गाढव दिडक्या पायावर उभे होते. त्याची तंगडी कडकडून चावली.

छोटे मूल, कोणी म्हातारा, शेरडू जे जे दिसेल त्याला तो चावला. साऱ्या गावात गोंधळ झाला, आरडाओरड झाली.

''धावा! धावा! गणू शिंद्याचा कुत्रा पिसाळला!''

''अरे सांभाळा, कुत्रं पिसाळलंय!''

''बघता काय! मारा! ठेचा त्याला!''

कोणी काठ्या घेऊन धावले. कोणी बचकेत मावेनासे धोंडे उचलले. कोणी कुऱ्हाडी, कोणी भाले! सारेच धावले!

"कोठे-कोठे?"

"ते बघा, तिकडं गेलं त्या बोळात!"

त्या गोंधळातच शिताफीने, बेफामपणाने तो गावाबाहेर पडला आणि छाती फुटावी एवढ्या वेगाने धावू लागला. रस्त्यामागून रस्ते बदलले गेले. क्वचित काही हुंगायला अगर मागे वळून पाहायला तो थांबला असेल.

आणि खूप दमल्यावर तो थांबला तेव्हा तहानेने व्याकूळ झाला होता. त्याची पातळ जीभ तोंडातून बाहेर लोंबत होती. पाय धुळीने माखले होते.

शेजारी वाहत असलेल्या ओढ्यात चारी पाय पाण्यात ठेवून तो बराच वेळ पाणी प्यायला आणि मग एका जांभळीच्या बुंध्याशी आला. पंजाने त्याने जमीन थोडी उकरल्यासारखी केली आणि अंगाभोवती दोन-तीन वेळा फिरून तो खाली बसला.

त्याने डोळे उघडून पाहिले. संध्याकाळच्या पिवळ्या उन्हाने रान काठोकाठ भरले होते. रानवारा भरारत होता. दूर आकाशात काही घारीगिधाडांचे ठिपके तरळत होते. विकलतेने त्याने पुन्हा डोळे मिटून घेतले.

त्याला वाटले, 'मी एकटा, अगदी एकटा आहे! माझे असे कोणी नाही.'

ती चिमुकली खार आता ओरडून-ओरडून कंटाळली होती. ती सरासरा पुन्हा वर चढली आणि जमिनीपासून काहीशा वर असलेल्या एका फांदीच्या टोकाशी आली. तिथून तिने पटकन उडी मारली आणि ती समोरच्या बाभळीकडे धावली. धावता-धावताच मध्ये थांबली, चटकन वळली आणि शेपूट पाठीशी उभारून, दोन पायांवर बसून त्याच्याकडे पाहू लागली. आश्चर्याने पाहू लागली.

तिची तीन छबडी फांदीवर ओळीने बसून आईच्या धाडसाकडे विस्फारल्या डोळ्यांनी पाहत होती.

त्याने डोळे उघडले नाहीत. तो जागचा हललाही नाही.

◼

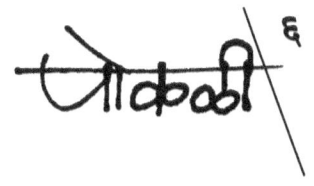

पोकळी ६

समोरची खिडकी उघडी आहे. आषाढातले आभाळ भरभरून आले आहे. पावसाची कंटाळवाणी झिमझिम चालली आहे.

सावकाश तरंगत खाली येणाऱ्या पावसाच्या कणांतून दिसणारी घरांची धूसर छपरे, माडाच्या झाडाचा शेंडा, कुंद वातावरण, झोंबणारा गारठा, आळसटून गेलेले शरीर, जड झालेले मन....

भुरे केस... दोन वेण्या... गोल चेहरा... शराबी डोळे... चुरमडलेले ओठ... निळा झिरझिरीत ब्लाऊज... त्यातून दिसणारी आतली पांढरी काचोळी... उघडा गळा... सोन्याची साखळी... पांढरे पातळ... मऊ लुसलुशीत स्पर्श... आई गं...

जब तुमही चले परदेश लगाकर ठेस... लऽऽऽर लराऽऽऽ राऽऽ...

"ओ, डार्लिंग!"

पोकळी रुंदावत चालली.

– आणि तो उताणा झोपलेला आवेगाने पालथा झाला. डोक्याखालच्या शेवरीच्या कापसाने भरलेल्या मऊ उशा त्याने दोन्ही हातांनी जोराने कुस्करल्या. आणि त्यात तोंड खुपसून तो गुदमरल्या अवस्थेतच पडून राहिला!

"उठ रे, माधव, चहा झालाय."

आतून म्हाताऱ्या आईचा बोबडा आवाज! कपबश्यांचा किणकिणाट... नळातून अर्धवट भरलेल्या बादलीत पडणाऱ्या पाण्याच्या धारेचा आवाज....

तो उठला. विस्कटलेली विजार, चुरमडलेला गंजिफ्रॉक नीट करीत आरशासमोर उभा राहिला.

'च्, दाढी किती वाढलीये! केससुद्धा काही कमी नाहीत. कापायला पाहिजेत. उं: जाऊ दे! कोण पाहणार आहे? अलीकडे या पुटकुळ्या जास्तच उठू लागल्यात. शी:! वाईट दिसतो बुवा चेहरा! कुसुमच्या गालावरसुद्धा उठतात कधीकधी... लालसर...

त्याने केस सारखे केले. हात वर तणावून, टाचा उंचावून आळस दिला आणि तोंडासमोर डावी मूठ धरून, मिटल्या डोळ्याने जांभई देऊन तो हलकेच पुटपुटला,

"चला."

न्हाणीत जाऊन त्याने तोंड धुतल्यासारखे केले आणि ओले तोंड गंजिफ्रॉकच्या टोकानेच पुसून तो पाटावर बसला.

ओलसर जमीन... चहाच्या भांड्याच्या तळाला ओला काळा चोथा... त्याच्यावर घोंघावणाऱ्या दोन-तीन माश्या... म्हाताऱ्या आईचे काळे-पांढरे केस... सुरकुतलेला गोरा चेहरा... दात नसल्यामुळे गालाला पडलेले खड्डे... कपाळावरला गोंदवणाचा हिरवा डाग... विटके पातळ... हातावरल्या सुरकुत्या आणि फुगीर हिरव्या शिरा...

पुढे ठेवलेला चहाचा कप त्याने उचलला आणि घोट घेतला.

म्हातारीने कपातला चहा बशीत ओतला आणि थरथरत्या हाताने बशी उचलून, फुंकर मारून तोंडाला लावली.

माधवच्या कपाळावरल्या आठ्या अद्याप उतरल्या नव्हत्या.

चहा संपवून तो येऊन कॉटवर पडला. उताण्याचा पालथा झाला आणि पुन्हा मऊ उशा आवेगाने कुस्करल्या, त्यांची चुंबने घेतली!

'खरंच, अगदी असह्य होतंय हे. कधी येणार ती आता? कधी भेटणार मला? दारात उभं राहून पाहिलं की, समोरच्या खिडकीत ती उभी असायची. मग खुदकन हसणं... दुपारी गप्पा... चहा... पत्ते... ग्रामोफोनवर तबकड्या...

'जब तुमहि चले परदेस
ओ ऽऽऽ रात भर रहियो ऽऽ...

'नको वाटतंय सगळं ती गेल्यापासून. कशातसुद्धा राम वाटत नाही. ऊंहुं... कुसडे...'

त्याने डोळे मिटून घेतले. अगदी गच्च मिटून घेतले. तेव्हा काळ्या अंधाराच्या पार्श्वभूमीवर तरंग उठू लागले. भडक निळे, तांबडे, हिरवे, जांभळे. पाण्यात खडा टाकताच उठतात तशी वलयामागून वलये, लहानमोठी, वाकडीतिकडी, जलद-जलद आणि मग त्यातच तिची पुसट आकृती. हसरी, गंभीर... अर्धी, संपूर्ण... बाजूची, समोरची... धावती, बसलेली. संगमरवरी जिन्यावरून रुपया खणखणत जावा तसे हसणे, ते लाडिक बोलणे....

...अन् किनई माधव, आमच्या शाळेत एक मज्जा झाली. ती तुळपुळे... तिच्या नावावर कुणाचं की, प्रेमपत्र आलं शाळेच्या पत्त्यावर. ते बाईंनी फोडलं आणि तिला विचारलं की, हे गं काय? तशी ती लागली रडायला. म्हणाली, "बाई, मी काय करू तोच फाजीलपणा करतो तर?" – डाव्या हाताची उजव्या हातावर टाळी आणि पुन्हा ते गोट्यांना वेढून नाचत जाणाऱ्या प्रवाहासारखे स्वच्छ निर्मळ हसणे! शुभ्र दात. त्यात एका बाजूचा किंचित पुढे आलेला. गालावर पुटकुळ्यांचे तांबूस डाग.

कानाच्या खाली बारीक-बारीक लव. ओलसर ओठ. डाव्या डोळ्याच्या बाजूला गव्हाएवढा जखमेचा व्रण.

...टांग्याचा खडखडाट... मागे बॅगवर ठेवून बसलेली तिची छबी... इवला रुमाल हलवून भरल्या डोळ्यांनी घेतलेला निरोप... बाय-बाय...

आणि जाण्याच्या आधल्या रात्रीचे ते खूप-खूप बोलणे....

माधव, खरंच, अगदी नक्की वाटतं रे! पण काय करणार... हो, चार महिने लागतील परत यायला. बघ तरी! अगदी नक्की पत्रं पाठवीन मी. तूही पाठवली पाहिजेस हं.

मग गळ्यात पडलेले चांदण्याचे हात, ओठांना लागलेला स्नोचा तेलकट सुवास आणि तिच्या चेहऱ्यावरला बदललेला भाव. चुंबन घेतल्यावर तिच्या चेहऱ्यावर काही निराळे भाव येत. डोळे काही वेगळेच होत आणि मग 'ऊंहुं' असा अस्पष्ट, कण्हल्यासारखा हुंकार देऊन ती दृष्टी खाली वळवी, आपले डोके त्याच्या छातीवर टेकी.

पुन्हा त्याने उशा कुस्करल्या, खालचा ओठ दाताखाली चेपला. अगदी खूप जोराने!

आणि मग तो उठला. सुंदर निळे लेटर-पॅड आणि पेन घेऊन टेबलापाशी बसला. तिला आपल्या या साऱ्या ओढाताणीचे तो अगदी मस्त असे पत्र लिहिणार होता. इतके लांब, इतके सुंदर की, तिने त्याची पटापट चुंबने घ्यावीत. ते घडी करून गळ्यापाशी, ब्लाऊजमध्ये खोचून ठेवायला हवे.

हलक्या हाताने लेटर-पॅड उघडले आणि सुंदर तिरप्या अक्षरात सुरुवात केली–

'प्रिय कुसुम'

ती दोन अक्षरे लिहून झाल्यावर तो थांबला आणि पाहू लागला.

अक्षर काही तितकेसे चांगले आले नव्हते. 'प्रिय'च्या मानाने 'कुसुम' अगदीच लहान वाटत होते; आणि चार जणांसारखी ही ठरावीक सुरुवात काय कामाची? यापेक्षा काही वेगळे पाहिजे होते. अधिक सुंदर, अधिक भावनात्मक, काव्यपूर्ण!

त्याने तो कागद फाडला आणि चोळामोळा करून खाली टाकला.

'कशी सुरुवात करावी? 'लाडके', 'प्रिय' की 'डार्लिंग' का 'डियर कुसुम'? छे:! हे काही नवीन नाही! मग काय? पेनची क्लिप दाताने चावत तो विचार करू लागला. कितीतरी आकर्षक सुरुवाती त्याच्या मनात घोळून गेल्या – 'माझ्या राजा', 'प्रियदर्शिनी', 'मानिनी', 'माझ्या फुला' आणखी कितीतरी! आणि या साऱ्या

गोंधळातून बाहेर पडून त्याने सुरुवात केली.

'कुसुम गं,

'तू गेल्यापासून माझ्या भरल्या जीवनात एक प्रकारची पोकळी निर्माण झाली आहे. काहीही न करता कधी-कधी सबंध दिवस मी आळसटल्यासारखा पडून घालवतो. खरेच कुशे, अगदी वेडे केले आहेस तू मला! तुझी कित्ती आठवण येते म्हणून सांगू?'

एका दमात एवढे लिहून माधव थांबला. आपण काव्याचे जाणते आहोत असा माधवचा समज होता. आत्तासुद्धा 'कुसुम गं' यात अपार आर्तता आणि जिव्हाळा आपण प्रकट केला आहे, पोकळीची कल्पनासुद्धा बेहद्द काव्यमय आहे, असे त्याचे त्यालाच वाटले. आणि आपण चार सामान्य माणसांपेक्षा वेगळे आहोत या जाणिवेने त्याने मान ताठ केली आणि चेहरा अधिक गंभीर केला.

पण हे लिहिताना त्याची सौंदर्याची कल्पना मात्र दुखावली गेली होती. सुरुवातीला अक्षर अगदी सरळ, बारीक आणि वळणदार होते, पण लगेच पुढे त्याचा डौल पार लोपून ते अगदी घाईघाईने काढल्यासारखे ओबडधोबड आणि एका बाजूला कलले होते. माधवला ते अगदी पसंत पडले नाही, पण तेवढ्यावर सोडून त्याने खाली सही मारली.

'– माधव कुलकर्णी.'

'क' आणि 'र्णी' एकमेकाला बेमालूम जोडली गेली होती आणि 'र्णी'चा रफार तर अगदी मस्तच!

त्या सहीखाली एक वळसेबाज रेघ आणि तिच्याखाली दोन लहान टिंबे. त्यानंतर पोकळी आणि मग ठिकठिकाणी 'कुसुम गं', 'कुशे', 'कुसडे', 'शांत सागरी कशास उठवलींस वादळें?'... माधव... दूर तुझ्यापासून मी'

नोटपेपर भरला.

मग पाठीमागच्या बाजूला एक विवस्त्र स्त्रीचे संपूर्ण चित्र, तिचे गोल अवयव पुन:पुन्हा गिरवून अधिक ठळक. अधिक मोठे.

शी:! काय हे!

माधवला आपण अगदी रांगडे, असंस्कृत झालो आहोत असे वाटले. तिरके, एकमेकाला छेदून जाणारे दोन सणसर काट त्याने त्या चित्रावर मारले आणि चोळामोळा करून ते बाहेर भिरकावले.

'अरे माधव, पाणी तापलंय, अंघोळ करून घे!' आतून पुन्हा बोबडा आवाज आला.

निष्कारण कटकट!

तिरसटल्या चेहऱ्याने तो आत गेला. एक अक्षरही न बोलता त्याने बंबातले पाणी बादलीत सोडले, केसाला तेल चोपडले आणि पाण्याचे तांबे भराभर अंगावर ओतून घेतले.

'इतके चमत्कारिक दिवस असतात हे पावसाळ्यातले! हंः! शहाण्याने पावसाळ्यात इथे राहू नये. सारखी आपली पावसाची कंटाळवाणी झिमझिम आणि रस्त्यावर चिकचिक. अगदी चिक्कार!'

अंघोळ संपली.

म्हातारी चुलीपुढे रुटुखुटु करत होती.

आरशासमोर उभे राहून त्याने वाढलेले केस साफसूफ करून उलटे फिरविले, कपडे घातले.

'शर्टची कॉलर घाण झाली आहे आणि पँटचे गुडघे पुढे आले आहेत. गरम कोटाचे एक बटण तुटले आहे. असू दे! कोण पाहतंय?'

कोटाच्या कॉलरवरची धूळ झटकीत तो स्वयंपाकघरात गेला आणि कपाळाला आठ्या घालून त्याने विचारले, ''भाजी आणायची असेलच!''

तिने नुसता हुंकार दिला. कारण माधवला अलीकडे अशी लहर वरचेवर येत असे, हे तिला माहीत होते. त्या लहरीत त्याला काही बोलण्याची सोय नसे. काहीही बोलले, तरी तो ठिशीठिशी पाठी लागे आणि म्हातारी आचारी का बिचारी होऊन जाई. तिला वाटे, 'आपण अशिक्षित, जुन्या काळचे माणूस. तो आता हुशार झालाय. इंग्रजी शिकलाय. आपल्या खुळ्या आईशी बोलणे त्याला आवडत नाही.' तिला वाईट वाटे, पण ती सारे गिळून बसे. माधवचे रागीट, तिरसट शब्द मुकाट्याने ऐकून घेई.

माधव पिशवी आणि छत्री घेऊन बाहेर पडला आणि नेहमीप्रमाणे त्याला आपण आईशी तुसडेपणाने बोललो याचा पश्चात्ताप झाला, पण तो तिच्यापाशी व्यक्त कसा करावा हे त्याला कळले नाही.

रस्त्यावर ठिकठिकाणी पातळ चिखलाची डबकी साचली होती. माधवचे चप्पल राड झाले. पँटवर चिखल उडाला.

'उडू दे! कुठं स्वच्छ आहे घाण व्हायला? या रस्त्यावरून कुसुम शाळेला जायची. तिची चालण्याची पद्धत काही वेगळीच, पण आकर्षक!

'...तुझी चाल तुर्की तोऱ्याची
डागते जिवाला रानमोराची...'

समोरून एक मुलगी आली. सुंदर चेहऱ्याची, आकर्षक बांध्याची. त्या चिताड

रस्त्यावरून छत्री आणि पुस्तके सांभाळीत आणि पातळ घाण होऊ नये म्हणून काळजी घेत असताना तिची कोण त्रेधा होत होती!

माधवने तिला राजरोस न्याहाळले!

'मस्त आहे, नाही? पण आपली कुसुमही काही वाईट नाही. आता ती एवढा नट्टापट्टा करीत नाही एवढेच, पण ती दिसते मोहक; पण असे अभिलाषेने दुसऱ्या मुलीकडे पाहावे का? कुसुमशी द्रोह आहे हा! पण हे स्वाभाविक आहे. कुसुम काही एखादा मस्त पोरगा दिसला, तर डोळे मिटून जात नसेल पुण्याच्या रस्त्यावरून!'

हे विचार मनात चालू असतानाच त्याचे मन भुर्रकन उडाले आणि पुण्याला गेले.

टिळक रोडवरून चटचट चपला वाजवीत कुसुम चालली होती. तिच्या हातात एवढीशी पर्स होती आणि तिने पांढरे पातळ नेसले होते. बाजूने जाणारा एक तरुण पोरगा तिच्याकडे वळून पाहून हसला आणि त्याच्यावर तिने एक जळजळीत कटाक्ष फेकला.

माधव खुशीत येऊन स्वत:शीच हसला आणि आपले ते हसणे कुणाच्या दृष्टीला पडले की काय या शंकेने कावराबावरा झाला आणि त्याचा चेहरा ओशाळल्यासारखा दिसू लागला. आणि मग चेहरा अगदी गंभीर करून आणि मान ताठ ठेवून तो चालू लागला. डाव्या हाताला छत्री अडकवायलाही तो विसरला नाही. या साऱ्या सामान्य जगाहून आपण खूप वेगळे आहोत, रस्त्याने जातानासुद्धा आपण आपल्याच तंद्रीत असतो, असा अभिनय करणे त्याला फार आवडे.

समोरून बाळ्या गोगटे आला. बेट्याने मस्त वुलन सूट चढविला होता आणि केस अगदी फक्कड वळविले होते.

माधव मनात म्हणाला, 'नेहमी लेकाचा पोरींच्या पाठीमागे असतो.'

''हॅलो, कुलकर्णी!'' बाळ्या ओरडला.

''हॅलो गोगटे, कसं काय?''

माधव खोटे हसून म्हणाला. खरेतर बाळ्या गोगटेच्या सूटपुढे त्याला आपल्या घाणेरड्या कपड्यांची शरम वाटत होती.

''आराम! काय यार, दिसत नाहीस कुठं?''

''अरे बाबा, तुझ्यासारखा मी काही जहागीरदारपुत्र नाही. उद्योग आहेत पोटापाण्याचे!''

''द्या थापा! आणखीन काय? पद्माचं नवीन पिक्चर पाहिलं का?''

''पिक्चर ऑफ डोरिन ग्रे?''

''मस्त आहे हं! डू सी!''

"होय? वा:! मग अवश्य पाहिलं पाहिजे!"

पुन्हा खोटे औत्सुक्य. खोटी आस्था.

आणि "अच्छा! भेटू पुन्हा!" असे म्हणून एखाद्या हीरोगत बाळ्या गोगटे पुढे गेला.

माधव स्वत:वर खूप चिडला. आणि घाईघाईने चालू लागला.

"काय माधव?"

सुधाकर जोशी पुढून आला. त्याचे कपडे मळके होते आणि दाढी वाढली होती.

माधवला बरे वाटले. तो त्रासिक आवाजात म्हणाला, "काय बुवा हे पावसाळ्याचे दिवस! अरे, महिना-महिना कपडे वाळत नाहीत परटाकडून! छे:! त्या दृष्टीने कोल्हापूर अगदी नालायक आहे!"

सुधाकरने कसेसेच हसून आपल्या मळक्या कपड्यांकडे पाहिले आणि पडलेल्या आवाजात तो म्हणाला, "होय बुवा!"

माधवची चर्या एकदम टवटवीत झाली.

"जाऊ दे रे, कपड्यांची काळजी घ्यावी बाळ्या गोगट्यानं! आपल्याला काय पोरींच्या पाठीमागे थोडंच हिंडायचं आहे?"

आणि हे बोलून झाल्यावर सुधाकरच्या हातावर टाळी मारून माधव मोठ्यांदा हसला. सुधाकर जोशीही हसला.

सुधाकर जोशी पुढे गेला आणि माधवला वाटले की, आपण काहीतरी गाढवासारखे बोललो. आपल्या मळक्या कपड्यांकडे येणारे-जाणारे पाहत आहेत असे वाटून तो अगदी शरमिंदा झाला. त्याने गंभीरपणाने भाजी खरेदी केली. रस्त्यात इकडेतिकडे न पाहता तो घरी आला. भाजीची पिशवी आईपुढे टाकून पुन्हा कॉटवर पडला. मिटल्या डोळ्यांसमोर तुटल्या फिल्मची भेंडोळी उलगडत जात होती. निरनिराळे प्रसंग, निरनिराळे संवाद!

दुपार झाली.

एक अक्षरही न बोलता माधव आईने वाढलेल्या पानावर बसला आणि घाईघाईने त्याने जेवण उरकले. कसलेसे एक पुस्तक छातीवर ठेवून तो पुन्हा लोळू लागला.

आषाढातले आभाळ भरभरून आले होते. पावसाची कंटाळवाणी झिमझिम अव्याहत चालू होती. मधूनच एखाद्या वेळी वारा भरारे, जोराची झड येई, पत्र्यावर तडतडाट होई, खिडक्यांची दारे आपटत. स्वयंपाकघरात म्हातारी आवराआवर, झाकपाक करीत होती. भांड्यांचा आवाज येत होता.

माधवचे डोळे मिटले!

स्वप्नांच्या घोळक्यातून बाहेर पडून माधवला जाग आली. डोळे किलकिले करून त्याने जांभई दिली आणि एका बाजूवर वळून तो आठवू लागला की, आपणाला स्वप्न काय पडले होते?

काही नक्की आठवत नव्हते. सारे अंधूक, पुसट, धुक्यातल्या आकृतीसारखे! बराच वेळ आठवल्यावर माधवला एकदम वाटले की....

स्वप्नात कुसुम आली होती. ती खूप लठ्ठ झाली होती आणि तिच्या अंगावर चिखल उडाला होता. ती आली. आपण कॉटवर पडलो होतो. तिने इंग्रजी चित्रपटात असते, तसे त्याचे चुंबन घेतले आणि ते बाळ्या गोगट्याने उघड्या खिडकीतून पाहिले.

आणि तो ओरडला, ''हॅलो कुलकर्णी, एवढे तयार झाला असाल असं वाटलं नव्हतं!''

तेव्हा माधवला खूप राग आला होता. आणि त्यानंतर काही आठवत नव्हते.

त्याला वाटले की, आता उठावे. पण त्याचे अंग एवढे शिणून, गळून गेले होते की, उठण्याची तीव्र इच्छा असूनही त्याला उठता येत नव्हते. त्याचे मन म्हणत होते, कुशे, कधी येणार तू? कधी भेटणार तू?

पोकळी वाढतच होती.

तो उठला आणि तोंड धुऊन बाहेर आला. स्वच्छ ताजे ऊन पडले होते. रस्त्यावरून माणसांची रहदारी चालली होती. केस सारखे करून आणि कपडे करून तो बाहेर पडला आणि हिंडू लागला.

महाद्वार, गुजरी, भाऊसिंगजी रस्ता, विल्सन रस्ता, पद्मा टॉकीज... आणि पुढे... आणि पुढे...

सूर्य मावळला. संध्याकाळ झाली. तरी माधव कुलकर्णी निर्हेतुकपणे फिरतच होता. खाली मान घालून रस्त्यामागून रस्ते फिरत होता.

आठ वाजल्यावर तो घरी आला आणि कोट काढून कॉटवर फेकून त्याने विचारले, ''जेवायचं झालंय का आई?''

''नाही रे अजून. आता करते बघ!''

''वाटलंच होतं मला. कधी होत असतं वेळेवर?''

असे चिडखोरपणे पुटपुटत तो आत आला आणि आईने गुंडाळून ठेवलेली गादी कॉटवर पुन्हा उलगडून लोळू लागला.

तास-दीड तास झाला.

''माधव!''

"अरे, माधव!"

"ऊठ रे बाबा, पानं घेतलीत जेवायला."

आपणाला कोणीतरी हाका मारतेय, अशी अस्पष्ट जाणीव माधवला झाली. म्हातारी येऊन त्याच्यानजीक बसली, तेव्हा तो भानावर आला.

"माधव, रागावलास का माझ्यावर जेवायला उशीर झाला म्हणून? होत नाही रे आता माझ्या म्हातारीच्यानं. सांधे ठणकतात, हातपाय भरून येतात."

आणि आपला जीर्ण खडबडीत हात तिने माधवच्या तोंडावरून, पाठीवरून फिरवला.

माधवच्या पोटात एकदम खड्डा पडला. घसा दाटल्यासारखा झाला. आईच्या मांडीवर डोके घुसमडीत तो म्हणाला, "नाही गं आई, अगदी तुझ्या गळ्याशपथ नाही. पण मला बरं नाही वाटत आज. डोकं दुखतंय."

"अरे, मग सांगायचं नाही का? थांब हं, मी सुंठ घालते माझ्या बाबाच्या कपाळावर!"

माधवचे तोंड कुरवाळून म्हातारी आत गेली आणि सुंठ उगाळू लागली. ती उगाळता-उगाळता म्हणत होती, "गारठा पडलाय चमत्कारिक. रात्री नीट पांघरूण घ्यायचं नाही, डोक्यावरनं अंघोळ झाल्यावर नीट झिपऱ्या पुसायच्या नाहीत!"

माधवचे मन ओरडून त्याला म्हणत होते, 'खोटे, खोट! मुळीच डोके दुखत नाही तुझे!'

७

वसाण

आषाढातले आभाळ भरभरून आले आहे. कुठे तळहाताएवढी जागासुद्धा मोकळी नाही. गेले आठ-दहा दिवस पावसाची रिपरिप चालू आहे. रात्रीच्या पावसाने रस्त्यावर पातळ राड झाली आहे. दुपारचा एक-दीड वाजला आहे. तरी हवेत गारठा आहे.

त्या राडीने त्याच्या चपला माखल्या आहेत. बुळबुळीत झाल्यामुळे त्या तळव्याखालून वारंवार निसरत आहेत. त्याचे केस वाढलेले आणि कोरडे आहेत. हनुवटीवर दाढीचे कोंब आहेत. चेहऱ्यावर पुटकुळ्यांची गर्दी झाली आहे. अंगावर एक धुवट शर्ट-लेहंगा आहे. विरळ रहदारीच्या त्या रस्त्यावरून खांदे वाकवून चालताना तो एखाद्या बेवारशी भुकेकंगाल गाढवासारखा दीनवाणा दिसतो आहे.

त्याने पाऊल उचलून टाकताच त्या पातळ राडीत त्याचा पचपच असा आवाज होतो आणि उडालेल्या शिंतोड्यांनी लेहंग्याची मागली बाजू काळ्या-करड्या डागांनी भरते.

तासा-दीड तासापूर्वी 'पुणेकरा'च्या खानावळीत 'मिलो'ची भाकरी आणि मुळ्याच्या फोडी टाकलेली आमटी हे प्रमुख जिन्नस असलेले जेवण तो पोटभर जेवला आहे आणि मॅनेजरच्या टेबलावरील डबक्यातून घेतलेली मूठभर बडीशेप त्याने सावकाश चघळली आहे. त्यानंतर व्यापारी मोफत वाचनालयातल्या बाकड्यावर घसरून बसून टेबलाखाली तणावलेल्या कधी डाव्या, तर कधी उजव्या पायाचे पंजे हलवीत, चुरगळलेली वृत्तपत्रे त्याने चाळली आहेत. जातीय दंग्याच्या बातम्या समग्र वाचल्या आहेत. पुस्तक-परीक्षणे वाचली आहेत. पालथा पंजा ओठांवर धरून मिटल्या डोळ्यांनी चारदोन जांभया दिल्या आहेत. बसल्या-बसल्याच डुलकी घेतली आहे आणि मग आळसटलेल्या शरीराने तो बाहेर पडला आहे.

तो अंडरग्रॅज्युएट आहे. तरुण आहे. रेशनिंग ऑफिसमध्ये कारकून आहे. आई-बापाची पाखर नाहीशी झालेली तीन धाकटी भावंडे नाशिकला असलेल्या त्याच्या मोठ्या बहिणीकडे आहेत. त्यांच्या खर्चासाठी लागणारे पैसे त्याला प्रत्येक महिन्याला आपल्या पगारातून पाठवावे लागतात.

आज रविवार आहे, सुट्टी आहे. हा सुट्टीचा दिवस मित्रमंडळींकडे गप्पागोष्टी करीत काढायचा त्याचा मानस आहे. कॉलेजमध्ये असताना तो प्रसिद्ध होता. त्याला वाङ्मयाची आवड होती. तो कविताही लिहीत असे. त्या वेळी त्याचा मित्रपरिवार खूप मोठा होता. आता तो अत्यंत कमी आहे. कारण आपल्या प्रेमभंगाची तपशीलवार हकिकत दुसऱ्यांना सांगावी आणि ती त्यांनी आस्थेवाईकपणे ऐकून घ्यावी, असे त्याला नेहमी वाटते आणि त्यामुळे त्याच्या पुष्कळशा मित्रांच्या मनात त्याच्याविषयी तिटकारा निर्माण झाला आहे. ते त्याचा उल्लेख नेहमी अधिक्षेपाची भाषा वापरून करतात.

कोण म्हणतो, ''फाजील भावनाप्रधान आहे झाले! उगीच एका पोरीपायी सारे आयुष्य बरबाद केले याने. एक गेली म्हणून काय झाले? जगात लाखो पोरी आहेत! शीर सलामत तो पगड्या पचीस!''

कोण म्हणतो, ''काही नाही हो! कसले प्रेम नि कसले काय! हात दाबणे, चुंबणे, आलिंगने यापुढे पाऊल पडायच्या आतच तिचे लग्न झाले दुसऱ्याशी. वैषयिक अतृप्ततेमुळे झालेय हे सगळे.''

थोडेसे शहाणपण आणि पुष्कळशी वशिलेबाजी यामुळे कुठल्याशा सिनेमाकंपनीत तिय्यम दिग्दर्शक झालेला त्याचा एक मित्र त्याचे नाव निघताच चेहरा अगदी सुतकी करतो आणि दर्दभऱ्या आवाजात म्हणतो, ''च्! वाया गेला बिचारा! मी त्याला पुष्कळदा सांगून पाहिले की, 'अरे, निदान बॉय म्हणून का होईना, एखाद्या फिल्मकंपनीत लाग. दुसरीकडे कुठेही तुझ्या बुद्धीचे चीज होणार नाही. आता माझेच पाहा ना....' '' वगैरे.

कुणी-कुणी 'चमत्कारिक स्वभावामुळे वाटोळे करून घेतले त्याने!' एवढेच बोलून गप्प बसतात. एखादादुसरा कोरडी सहानुभूती दाखवतो, पण शाब्दिक सहानुभूतीने भुकेने वखवखलेल्या माणसाला ढेकर येत नाही!

एका अद्ययावत बांधणीच्या घरासमोर तो थांबतो. हे घर त्याच्या एका मित्राचे आहे. तो एका मासिकाचा उपसंपादक आहे. थोड्याच दिवसांपूर्वी त्याचा एक सुशिक्षित नि सुंदर तरुणीशी प्रेमविवाह झाला आहे.

बंद दारावर तो टकटक आवाज करतो.

आत हालचाल दिसत नाही.

तो हळूच दार ढकलतो. ते उघडले जाते. आत येऊन तो ते पुन्हा सावकाश लावून घेतो.

खुर्च्या जांभया देत आहेत. टेबलावर काही मासिका-साप्ताहिकांचे अंक आहेत.

घड्याळ टिकटिकते आहे. भिंतीवर टांगलेले दुसरे फोटो ती टिकटिक ऐकत आहेत.

त्या शांततेने दबून तो आजूबाजूला पाहतो आणि सलगीच्या स्वरात हलकेच हाक मारतो, "माधवराव, अहो माधवराव!"

आत पावलांचा आवाज होतो. दारावरला निळा पडदा सरकतो आणि सुधाताई बाहेर येतात.

"ओहो! तुम्ही का? बसा नं!" कृत्रिम हसत आणि मान वेळावीत त्या म्हणतात आणि कमरेत वाकून, एक हात खुर्चीच्या पाठीवर टेकून उभ्या राहतात. असे उभे राहणे आपल्याला शोभून दिसते हे त्यांना माहीत आहे.

केसावरून हात फिरवीत त्या पुन्हा म्हणतात, "काय, ठीक आहे ना?"

समाजातल्या उच्च श्रेणीतील लोकांशी आपले मित्रत्वाचे संबंध असावेत आणि तरुण स्त्रियांशी तासन्तास सलगीने बोलत राहावे याला भुकेलेले त्याचे मन आनंदाने कलकल करून चोच उघडते.

"ठीक आहे. आज सुट्टी आहे. म्हटले, माधवरावांकडे यावे आणि काव्यशास्त्रविनोदात काही वेळ घालवावा. त्यांनी काय नवीन लिहिलेय ते पाहावे. सत्य सृष्टीतील धूळ विसरायला साहित्यचर्चा हे एक साधन आहे!"

हे बोलत असतानाच त्याच्या ध्यानात येते की, सुधाताईंची दृष्टी आपल्या चिखलाने भरलेल्या पायावर फिरली. त्यांच्या सुंदर चेहऱ्यावर नापसंतीची छटा उमटली आणि ती त्यांनी मोठ्या प्रयत्नाने पुसून टाकली.

संकोचून तो चुळबुळ करतो.

"अस्सं होय? आताच झोप लागलीये त्यांना. रात्री नाटकाला गेलो होतो. जागरण झालं."

यावर काय बोलावे हे न सुचून तो टेबलावरचे एक मासिक उचलून घेतो आणि चाळतो.

सुधाताई एकदा-दोनदा पोज बदलतात.

चार-सहा मिनिटे अगदी शांततेने जातात. आणि मग या नसत्या माणसाच्या उपस्थितीने अस्वस्थ झालेल्या सुधाताई, 'बसा हं, आले.' म्हणून आत जातात.

त्याचे मन निराशेने चिवचिवाट करते आणि पंख फडफडवते.

घड्याळाची टिकटिक चालू असते.

तो स्थिर नजरेने निळ्या पडद्याकडे पाहतो. आणि मग पुन्हा एकवार हसऱ्या फोटोवरून भिरभिरून त्याची नजर मासिकातील चित्रांवरून आणि मजकुरावरून फिरू लागते. टिक... टिक... टिक...

पाच मिनिटे, दहा मिनिटे, पंधरा मिनिटे. टिक टिक टिक टिक...

'आले हं' म्हणून आत गेलेल्या सुधाताई आणि आत्ताच झोप लागलेले

माधवराव कुणीच त्याची दखल घेत नाही.

ती उपेक्षा त्याला जाणवते आणि त्याचा चेहरा अधिक दीनवाणा होतो. मासिक टेबलावर टाकून तो उठतो आणि पडलेल्या आवाजात म्हणतो, ''बराय. मग मी चलतो.''

पुन्हा पावले वाजतात. निळा पडदा हलतो. बाहेर आलेल्या सुधाताई म्हणतात, ''जाता? येत जा मधूनमधून.''

त्याला वाटते, 'हे सगळे खोटे आहे.'

आणि त्याच वेळी त्यांना वाटते, 'मी आपलं व्यवहार म्हणून म्हटलं हो! नाही तर खरंच वाटायचं याला!'

कसेतरी हसून तो मान हलवतो आणि बाहेर पडतो.

तो गेल्यानंतर सुधाताई मघाशी नुसते पुढे केलेल्या दाराला आतून कडी घालून घेतात आणि आत जातात.

शयनगृहात कॉटवर लोळत असलेले माधवराव त्यांच्या येण्याने खुलतात आणि किंचित अलीकडे सरतात.

राड रस्त्यावरून खांदे वाकवून तो परत चालला आहे. बुळबुळीत चपला तळव्याखालून निसरत आहेत. लेहंग्याच्या मागल्या बाजूला काळे-करडे डाग पडत आहेत.

रस्त्याने तुरळक ये-जा चालू आहे.

समोरून एक तरुण येतो आहे. त्याच्या पायातले बूट राडीने माखले आहेत. आपल्या शुभ्र पँटीची टोके दोन्ही हातांनी उचलून धरून तो एक-एक पाऊल काळजीपूर्वक, हलकेच टाकतो आहे. त्याच्या कपाळावर आठ्या आहेत. रस्त्यावरच्या राडीमुळे तो भयंकर चिडला आहे.

बाजूने एक मुलगी जाते.

तो चिडलेला तरुण मान वळवून तिच्याकडे पाहतो; पण तसे जास्त वेळ पाहण्यात धोका आहे आणि राडीच्या डबक्यात पाय पडून पँट खराब होईल, हे लगेच ध्यानात येऊन तो पुन्हा समोर पाहतो.

ती मुलगी पाठमोरी चालली आहे. गोल नेसलेले आपले पांढरेशुभ्र पातळ तिने किंचित वर उचलून धरले आहे. तिचे गोरे-गोरे पाय दिसत आहेत. पाठीवर सोडलेल्या दोन वेण्यांना तिने लालभडक फिती बांधल्या आहेत. शेण, गवताच्या काड्या, कागदाचे कपटे आणि काहीबाही मिसळलेली रस्त्यावरची राड, बाजूच्या हॉटेलातून तळले जाणारे पदार्थ, कुठल्याशा धुराड्यातून निघून चौफेर पसरलेला धूर या सर्वांचे वास एकमेकांत मिसळले आहेत. तरीही त्यातून त्या मुलीच्या पिवळ्या

चाफ्याच्या वेणीचा आणि तिने वापरलेल्या प्रसाधनांचा सूक्ष्म गंध त्याला जाणवतो आहे.

तो चालतो आहे, ती पाठमोरी पौर्णिमा न्याहाळतो आहे. आकाशात तसूतसूवर चांदण्या आहेत. 'काय उपयोग? हाती लागणे अशक्य!'

त्याच्या बाजूने पुढे गेलेल्या तरुणाकडे पाहून तो हाक मारतो, ''शुक, शुक, काळे.''

काळे मागे वळून पाहतो आणि थांबतो. किंचित हसतो आणि व्यवस्थित भांग पाडलेल्या आपल्या केसावरून हलकेच हात फिरवून म्हणतो, ''अरे वा, श्याम! फार दिवसांनी गाठ पडली यार!''

हा काळेही श्यामच्या जुन्या मित्रपरिवारापैकी एक आहे. तो किंचित लेखक आणि वक्ता आहे. आपण ना. सी. फडके आहोत अशी त्याची खात्री आहे. त्याचे बहुतेक हावभाव आणि बोलणे कृत्रिम वाटते. व्यासपीठावरून बोलल्यासारखा तो नेहमी बोलत असतो!

दरम्यान मधील अंतर तोडून श्याम त्याच्या नजीक येतो आणि ते दोघेही चालू लागतात.

''होय बुवा, तुम्ही लोक बडे! आपणहून आम्हा गरिबाकडे का याल?''

हे बोलून श्याम त्याच्याकडे पाहतो. आपण त्याला चांगला टोमणा मारला, याचा थोडासा आनंद त्याला झाला आहे.

''अरे, हे काय बोलणं झालं? असं काही बोललास म्हणजे माझ्या हृदयाला अपार यातना होतात. वाटतं....''

''काय रे, त्या निर्मला देशपांडेनं लग्न केलं म्हणे!''

''काही माहिती नाही बुवा!''

आपल्या प्रेमभंगाची तपशीलवार हकिकत दुसऱ्यांना सांगावी आणि त्यांनी ती आस्थेवाईकपणे ऐकून घ्यावी, अशी श्यामची नेहमी अपेक्षा असते याची जाणीव होऊन काळेचा चेहरा बदलतो.

''बाकी ती दिसायला मस्त होती हं! तिचे डोळे पाहिले की, मला हमेशा आमच्या प्रियेची आठवण व्हायची. तिचेही डोळे असेच....''

काळे भलताच अस्वस्थ होतो. श्यामचे हे पुराण त्याने अनेकदा ऐकले आहे. ते पुन्हा ऐकणे नको म्हणून तो मध्येच म्हणतो, ''च्. या पावसाचा कंटाळा आला आता!'' आणि मान वाकडी करून तो वर आभाळाकडे पाहतो.

''आभाळ भरलं आहे खरं, पण आज बहुतेक पाऊस पडणार नाही. वारा सुटला आहे, तो लवकरच हे आभाळ हटवून लावील आणि स्वच्छ ऊन पडेल.''

''छे रे, असं नुसतं वाटतंय तुला. आत्ता बारीक झिमझिम सुरू होईल आणि ती

संध्याकाळपर्यंत संपणार नाही. या चमत्कारिक हवेत बाहेर पडणं अगदी जिवावर येतं.''

"हो, तर काय सांगत होतो मी मघाशी – तीसुद्धा....''

"काय रे, हल्ली काय लिहितोस की नाही?''

"काही नाही. माझ्यातला मीपणाच संपलाय सगळा. मग कुठलं काव्य नि कुठलं काय! जीवनात कला आणि वास्तवात काव्य निर्माण करण्याच्या आटाआटी फुकट. कला आणि जीवन, काव्य आणि वास्तव यांची केव्हाच फारकत झाली आहे. कलेची अन् जीवनाची पातळी निराळी, काव्य आणि वास्तव छेद निराळे. माझं स्वत:चंच उदाहरण घेऊन सांगायचं, तर काही क्षण आपल्या जीवनात कलेचं प्रतिबिंब पडल्याचा भास आपणाला होतो. केवळ भास!''

"अच्छा! मला जरा इकडे जायचं आहे. भेटू पुन्हा.'' असे म्हणून काळे डावीकडे वळून चालू लागले.

आता श्याम कुठेही जाणार नाही. तो आपल्या खोलीवर जाणार आहे. त्याला वेदना झाल्या आहेत. आपणाशी सारे असे तुटून का वागतात हे त्याला माहीत आहे. तरीसुद्धा त्याला या वेदना होतात, आणि त्या अगदी असह्य झाल्या म्हणजे आपण मरावे असे त्याला वाटते. आत्महत्या करण्याइतपत धैर्य त्याच्या अंगी नाही म्हणून हार्टडिसीझसारख्या एखाद्या सुंदर रोगाने आपण मरावे आणि या जीवनकथेचा अंत अगदी करुणास्पद व्हावा असे त्याला वाटते.

बराच वेळ चालल्यानंतर तो त्याच्या राहायच्या ठिकाणी येतो. हे ठिकाण म्हणजे एका कंजूष म्हाताऱ्याचा जुनापुराणा वाडा आहे. आणि त्या ठिकाणी अनेक दरिद्री कुटुंबे राहतात.

भल्यामोठ्या चौकटीचा उंबरा ओलांडून तो आत शिरतो.

मधल्या मोठ्या अंगणात पावसाचे पाणी साचले आहे. त्याच्या कडेकडेने हिरवेगार गवतही उगवले आहे. बाजूला असलेल्या नळाखाली भांडी घासताना दडलेले भातभाकरीचे कण एक मरतुकडे कुत्रे शेपूट मागल्या दोन पायात खेचून शोधते आहे. नळावर बसलेला कावळा वाकडी मान करून त्याच्याकडे पाहतो आहे आणि ओरडतो आहे.

कुलकर्णी मास्तर दारासमोर आरामखुर्ची टाकून तीत पडले आहेत. हातात जळती बिडी आहे. त्यांनी अंगात नुसता गंजीफ्रॉक घातला आहे आणि धोतराचा सोगा आपल्या खांद्यावर टाकला आहे. त्यांचे किडमिडीत, काळे आणि रडवे पोर उंबरठ्यावर फुटक्या बशीचे तुकडे ओळीने मांडते आहे.

दुसऱ्या खोलीतला विद्यार्थी टेबलाशी बसून कसलेसे पुस्तक वाचतो आहे. त्याने दोन्ही हातांचे मुटके गालावर टेकले आहेत. आणि वाचता-वाचता टेबलाखाली

असलेले दोन्ही गुडघे तो जोरजोराने हलवितो आहे.

समोरच्या पडवीत म्हातारी जानकी आत्या पाटावर तांदूळ निवडते आहे आणि तिची फटाकडी नात आपल्या गुडघ्याएवढ्या बहिणीशी काचाकवड्या खेळते आहे. श्यामला पाहताच तिचा चेहरा एकदम बदलतो आणि खोट्या रागाने वाजवीपेक्षा फाजील मोठ्या आवाजात ती म्हणते, "हे गं काय सुशे? मी का आता लहान आहे तुझ्याशी खेळायला? मला अलजिब्रा सोडवायचा आहे."

तो आपल्या खोलीचे कुलूप काढून दार उघडतो. ओल्या झालेल्या भिंतींचा, पुस्तकांचा कुबट दर्प येतो आणि त्याच्या नाकपुड्यांची सूक्ष्म हालचाल होते.

ओलीने थबथबलेल्या भिंती, कॅलेंडर, खुंटीला अडकविलेला, काच काळी झालेला कंदील, आडव्या बांधलेल्या दोरीवर लोंबकळणारे मळकट कपडे, कोनाड्यात पुस्तकांची चवड, कोपऱ्यात मोठी ट्रंक, भिंतीला टेकून ठेवलेली गादीची वळकटी, खाली अंथरलेली, विटलेली आणि सुते निघालेली सतरंजी, तांब्या, भांडे, बादली, केरसुणी... सटर नि फटर.

कुलूपकिल्ली कोनाड्यात टाकून तो दार ओढून घेतो आणि त्या सतरंजीवर पडतो.

वरच्या आढ्याला कोळ्यांनी ठिकठिकाणी जाळी विणली आहेत. जळमटे लोंबत आहेत.

दोन्ही हातांचे पंजे एकमेकांत गुंफून तो डोक्याखाली घेतो, पायाची एकमेकांवर तिढी घालतो आणि कुठेतरी पाहत राहतो. तो असा शांत पडला आहे, तरी त्याच्या मनातला संज्ञाप्रवाह अखंड चालला आहे. त्यात कोणकोणत्या गोष्टी आहेत हे संगतीने समजणे दुरापास्त आहे. त्यांची यादी अवाढव्य आहे. अमर्याद आहे.

कॉलेज... सभा... संमेलने... हशा, टाळ्या... दंगामस्ती... ती नाचरी पोर... हिरवळीत पडून घेतलेली एकमेकांची चुंबने... डहाळीवर छाती फुगवून एकमेकांलगत बसलेल्या कबुतराच्या जोडप्यागत दिसणारे वक्ष... नितळ अंगकांती... बोलताना जीभ दातांना तुटल्यामुळे होणारे निसरडे उच्चार... सिनेमा... फिरणे... गोड हसणे... लाजरी संभाषणे... गहिरे कटाक्ष... धीट जवळीक.

रक्तदाबाच्या आजाराने अंथरुणाशी खिळलेले वडील... तडफड... असहायतेने त्यांच्या डोळ्यातून ओघळणारी आसवे... उशाशी रात्रंदिन बसून राहिलेली कारुण्यमूर्ती आई... औषधाच्या बाटल्या... त्यांचा वास... चोखून थुंकलेल्या मोसंब्यांच्या फोडी... एनिमा पॉट... बेड पॅन... सर्पिना टॅबलेट्स... बेरिन... ॲडॉल्बिन...

वडिलांचे मृत शरीर... दुःख... आसवे... हुंदके... आक्रोश... आईचे पांढरे कपाळ...

दु:ख... दारिद्र्य... हाल... आईचा मृत्यु... भडकलेली चिता... फुटलेल्या कवटीचा आवाज... उघडीनागडी भावंडे... त्यांचे रडवे चेहरे आणि भुकेने पाठीला लागलेली पोटे... पेटलेली शेगडी... भाताचा मंद गंध... भांडी घासताना हाताला चिकटलेली काळी राख...

रेशनिंग ऑफिस... चकचकीत टेबलावर शिधापत्रांचे ढीग... कुटुंबप्रमुखाचे नाव... कुटुंबातील इतर माणसे... रेशनहद्द... क्रमांक ४५६५... ४६४५... ७७७ ... संतू तुकाराम माळी... बायजा तुकाराम माळी... वॉर्ड ए... वॉर्ड सी...

तो हलकेच उठतो आणि त्या जाड ट्रंकेपाशी जाऊन ती उघडतो. ब्राऊन पेपरमध्ये गुंडाळलेले काही कागद बाहेर काढतो.

त्यात निळी पाकिटे आहेत. सुगंधित नोटपेपर्स आहेत. त्यांच्यावर लिहिलेल्या तिरप्या अक्षराच्या ओळींतून तांबड्यालाल मदिरेचे ओघ आहेत. त्यात चुरगळून वाळून गेलेली फुले आहेत. पांढरा गुलाब, केवड्याची पाने, पिवळा चाफा. त्यात काही जुन्या डायऱ्या आहेत. त्यातील एकीत एक लहानसा फोटो आहे. वरचेवर हाताळल्यामुळे तो डागाळला आहे. तो एका मदालसेचा फोटो आहे. तिचे डोळे धुंद आहेत. ओठ रसरशीत आहेत. त्यातून ओसंडणारे हसू जीवघेणे आहे.

तो त्या फोटोकडे पाहतो. तो पुन्हा तो फोटो उलटून पाहतो. पाठीमागल्या बाजूस सुंदर तिरपी अक्षरे आहेत :

> *"– कवितेकडून कवीस,*
> *मंदा.*
> *ऑगस्ट १९४५."*

मग एक एक पत्र काढून तो चाळू लागतो. ती सारी समग्र तो मुळीच वाचणार नाही. अर्धी अर्धी वाचील आणि ठेवून देईल किंवा जाळून टाकील, नाहीशी करील.

त्यानंतर आढ्याकडे नजर लावून तो त्या सुते निघालेल्या सतरंजीवर पडून राहील. आपल्या भंगलेल्या आशांबद्दल, आपल्या विरलेल्या स्वप्नांबद्दल तो पुन:श्च एकदा तडफडेल. आपल्या करुणास्पद स्थितीबद्दल तो पुन्हा एकवार स्वत:ची कीव करेल.

पडल्या पडल्या बाजू बदलील. उताणा होईल. पालथा होईल. उठून बसेल नि पुन्हा त्याचे असुखी डोळे पाण्याने टचटचून भरतील.

कदाचित त्याला झोप लागेल. कदाचित लागणार नाही. कदाचित त्याला स्वप्ने पडतील आणि तो झोपेत हसेल. कदाचित त्याला स्वप्ने पडतील आणि तो झोपेत रडेल. हळूहळू दुपारचे तीन वाजतील, चार वाजतील, पाच वाजतील, सहा

वाजतील, सात वाजतील.

त्या ओल्या चार भिंतीच्या आत अंधार घुसेल आणि तो खोली व्यापून टाकील. कोपऱ्यात आणि लोंबत्या कपड्यावर बसून राहिलेले डास उठतील आणि गुणगुणू लागतील. त्यामुळे त्या खोलीचे दारिद्र्य अधिक वाढेल. उदासीनता अधिक रुंदावेल.

–आणि तो बाहेर पडेल.

पश्चिमेवरले सूर्यास्तावेळचे नयनमनोहर रंग पुसून काही वेळ झाला आहे. रंकाळ्यावर सांज उतरली आहे. दूरवरचा प्रासाद, अवतीभोवतीची झाडी सारेकाही काळवंडून गेले आहे. पाण्यावरून येणारा ओला वारा अंग शहारतो आहे. आकाशात पाकोळ्या गिरक्या मारीत आहेत. कडेच्या मरव्याशी लाटा झिम्मा खेळत आहेत. त्यांची खळखळ ऐकू येते आहे. बेडकांची टवटव आणि किड्यांची किरकिरही चालू आहे. शहरी गोंगाट दूर राहिला आहे. फिरायला आलेली माणसे एव्हाना घरी परतली आहेत. क्वचित एखादी काळी आकृती हलताना दिसते आहे. तो अद्यापही कठड्यावर बसून आहे.

'संध्याकाळ म्हणजे पराजितांचा काळ. जीवनसंग्रामांत लढून पराजित झालेले आपले असुखी डोळे, फुटकी कपाळे आणि दीनवाणे चेहरे घेऊन या वेळीच बाहेर पडतात. या अंधारातून वाकलेल्या खांद्याने चालताना त्यांच्या अंगावरील लक्तरे, त्यांची फुटकी कपाळे आणि दीनवाणे चेहरे कुणाच्या कुत्सित नजरेला पडत नाहीत, म्हणून वटवाघुळाप्रमाणे ते या अंधाऱ्या वेळी बाहेर पडतात. मी त्यांच्यातलाच एक!

'साऱ्या आशाआकांक्षा संपल्या, जळून राख झाल्या. ते प्रीतीचे गाव उद्‌ध्वस्त झाले आहे. आणि केवळ वसाण राहिले आहे.

'ही ओढाताण आता कुठपर्यंत सहन करणार? हे रबर कुठवर ताणणार? काय लाज आहे या जिण्यात? हे कणाकणाने मरणे आता कुठपर्यंत चालणार?

'ते उद्‌ध्वस्त झालेले गाव पुन्हा कधी पहिल्या जोमाने नांदेल? या वसाणातून पुन्हा कधी प्रासाद उठतील का? या जळलेल्या लतेतून तांबूस हिरवट कोंब पुन्हा कधी फुटतील का?

'सर्वस्वी असंभाव्य! हे वसाण असेच शेवटपर्यंत.

"...वाळलीं सगळीं फुलें, उरला तरीपण वास हा
लोपली वनदेवता पण राहिला वनवास हा
पालवी झडली तरी उरलें जुनें पण पान हें
गाव तें उठलें तरी उरलें अजून वसाण हे"

हातात असलेले ते पुडके तो चाळवितो.

त्यात निळी पाकिटे आहेत. सुगंधित नोटपेपर्स आहेत. त्यांच्यावर लिहिलेल्या तिरप्या अक्षरांच्या ओळींतून तांबड्यालाल मदिरेचे ओघ वाहत आहेत. त्यात चुरगळून, वाळून गेलेली फुले आहेत. पांढरा गुलाब, केवड्याची पाने, पिवळा चाफा. त्यात काही जुन्या डायऱ्या आहेत. त्यातील एकीत एक लहानसा फोटो आहे. वरचेवर हाताळल्यामुळे तो डागळला आहे. तो एका मदालसेचा आहे. तिचे डोळे धुंद आहेत. ओठ रसरशीत आहेत. त्यातून ओसंडणारे हसू जीवघेणे आहे.

पुडक्याची तो चुंबने घेतो आणि मग निर्माल्यवत् ते रंकाळ्याच्या निळ्याकाळ्या जलाशयात टाकतो.

डुबुक असा आवाज होऊन मग सारे शांत होते.

'आता ते पुडके हळूहळू तळाशी जाईल. त्याच्याभोवती मासे गर्दी करतील. ती सुंदर अक्षरे पाण्याने फिसकटून जातील. ते नोटपेपर्स लिबलिबीत होऊन त्यांचे तुकडे-तुकडे होतील. तो सुंदर फोटो भिजून जाईल. चार-दोन माश्यांनी चोहीकडून ओढाताण केली म्हणजे त्याचे चार तुकडे चोहीकडे होतील. ती वाळली फुले गाळात मिसळून जातील....'

तो स्थिर नजरेने त्या जागेकडे पाहतो.

'या पुडक्याप्रमाणे आपण कधी असेच, या जलाशयात....'

> *''हे जीवन कसलें, मरणांची ही माला*
> *मासोळी झटते तोडायास गळाला*
> *दर्यावर आहे दुभंगलेली नाव*
> *क्षण खाली, वरती, क्षणांत आणि तळाला!''*

'होय, असेच आहे जीवित हे... फुटक्या नावेप्रमाणे!'

■

८

विपरीत घडले नाही!

रात्रीचे अकरा वाजून गेले असावेत. सारे गाव चिडीचिप झाले होते. गस्तीसाठी त्या जुनाट गावच्या अरुंद गल्ल्याबोळ्यांतून फिरणाऱ्या विठ्ठल पोलिसाच्या आणि देन्या रामोश्याच्या पायताणांचा आवाज केवढातरी मोठा वाटत होता! साऱ्या गावची चक्कर संपल्यावर विठ्ठल वेशीत उभा राहिला. खाकी चड्डीच्या खिशातून 'तांबडा अंदळकर' काढून त्याने पेटवली आणि काडी खाली टाकून पायताणाखाली विझवत देन्याला विचारले, "देन्या, रामुशवाड्यात बत्ती कसली रे? चौंडक्याचा आवाजही येतोय."

"काय परड्या हैत्या जनुं. जोगतीन आलीया करगनीची. येता का ऐकाय?" देन्याने उत्तर दिले.

विडीचा एक झुरका मारून विठ्ठलने हातातल्या बॅटरीचा झोत समोरच्या वाळवंटातून फिरवला, काखेतली छडी सावरली आणि तो म्हणाला, "चल बरं, बघू या तरी!"

गावच्या ओढ्याच्या पलीकडे, आठ-दहा कासऱ्यांवर रामुशवाडीची दहा-वीस घरे होती. ओढ्याच्या पलीकडच्या काठावर असलेल्या काळ्याकभिन्न करंजाडातून तिथल्या बत्तीचा उजेड दिसत होता. गाण्याचा आणि चौंडक्याचा आवाजही अस्पष्टपणे कानावर पडत होता. पुसातली थंडी नुसती बोलत होती. त्यातून वाळवंटातून वाट. देन्याने "काय गारवा झोंबतुया!" असे पुटपुटत अंगावरले 'नकीचे धोतर' डोक्यावरून घेऊन अंगाशी लपेटले. विठ्ठलने डोक्यावरली फर कॅप हाताने खाली दाबून कान झाकून टाकले. छडीच्या शेजारीच बॅटरीही काखेत मारून उबेसाठी दोन्ही हात चड्डीच्या खिशात कोंबले; आणि वाळू तुडवत ते चालू लागले.

रामुशवाड्याच्या एका कडेला, चंदू रामुश्याच्या घरापासून काही अंतरावर कळक आणि पासोड्यांच्या साहाय्याने निवारा केला होता. आत रॉकेल-तेलाच्या मोकळ्या डब्यांवर फळ्या टाकून उंचवटा केला होता व त्याच्यावर यल्लमा देवीचा वाटोळा 'जग' ठेवला होता. त्याच्याभोवती गुंडाळलेली तांबडीभडक धांदोटी नवीकोर होती आणि मूर्तीच्या मागे खोवलेली मोराची पिसे बत्तीच्या

प्रकाशात उठून दिसत होती. पुढल्या बाजूला ठेवलेल्या बत्तीलगत, रोवलेल्या वेळूपाशी महाराची बहिणा हिरवीगार चिरडी नेसून बसली होती. चपचपीत तेल लावून, मोड पाडून विंचरलेले तिचे केस चमकत होते आणि नाकातली चमकी चमकारत होती. शेजारीच चौंडके हातात घेऊन बसलेल्या ढांगुळ्या, नाकेल्या रामाशी ती काही बोलत होती.

त्याच्याजवळच एक तुणतुणेवालाही होता.

मध्ये थोडे पटांगण सोडून रामोशी मंडळी घोंगडी पांघरून बसली होती. कुणी पानतंबाकू खात होते, कुणी बिडी ओढत होते. हसणेबोलणे मारे मजेत चालले होते. मंडळींच्या मागे काही अंतरावर, फार तर तीन-चार वाव, चंदू रामोश्याने परड्याला लावलेली शेरताटी होती. तिची काळीभोर सावली एका बाजूला पडली होती. तिथे कुणी रंगेल्या बायका अंग चोरून उभ्या होत्या. बत्तीचा घोगरा आवाज दमेकऱ्याच्या घशासारखा घुमत होता. उघड्या माळ्यावरला गारठा नाकाच्या शेंड्याला आणि कानाच्या पाळीला विलक्षण झोंबत होता.

शेरताटीच्या मागून बॅटरीचा झोत येताच सगळ्या मंडळींची मुंडकी तिकडे फिरली. आपसात कुजबुज सुरू झाली.

"कोन है रं?"

बत्तीच्या तिरपेत विठ्ठल पोलीस आणि देन्या दिसताच काही रामोशी उठून उभे राहिले आणि त्यांनी विठ्ठलला रामराम केला.

एक वयस्क रामोशी ओरडला, "अरं ए तुकन्या, घोंगडं हातर म्होरं हवालदारास्नी बसाय."

सर्वांच्या पुढे घोंगडे अंथरले गेले.

"अरे कशाला? दहा-पाच मिनिटं उभं राहून जाऊ आम्ही."

देशपांड्यांचा विठ्ठल नवखा पोलीस झाला होता. तो अद्याप या गोष्टीत रंगला नव्हता, म्हणून संकोचल्या आवाजात तो म्हणाला आणि त्याने शेजारी उभ्या राहिलेल्या देन्या रखवालदाराकडे पाहिले.

"मंडळी म्हनत्यात तर बसा की, हवालदारसाब. दोन लावन्या ऐकून जाऊ."

देन्याने त्याच्या मनातला संकोच जाणूनसुद्धा उत्तर दिले, कारण लावण्याची मजा सोडून पुन्हा तंगड्या तोडत गावात जाऊन गस्त घालायला आता त्याचे मन राजी नव्हते.

अखेर विठ्ठल बसला आणि धीटपणाने त्याने बत्तीलगत बसलेल्या बहिणाकडे पाहिले. डोळ्यांच्या कोपऱ्यातून त्याच्याकडे बघत तिने पदर सर्रकन ओढून घेऊन मुरका मारला. विठ्ठल शरमला. रामोशी मंडळींच्या अर्थपूर्ण नजरा आळीपाळीने विठ्ठलकडे आणि बहिणाकडे फिरल्या.

अखेर नामा, बहिणा आणि तुणतुणेवाला ही मंडळी उठून उभी राहिली. बहिणाने पदर सावरून छातीवर धरला आणि उजवा पाय उचलून चवड्यावर ठसकावला. चाळाचा 'झुसईईऽ' आवाज झाला. तुणतुणेवाल्याने 'ट्यँव, ट्यँव' केले. चौंडके 'टांग गुड्गुड् टांग' वाजू लागले.

बहिणा खरोखरच मनात भरण्यासारखी होती. ऐन उमेदीत असल्याने चिरडीच्या आत सामावलेल्या तिच्या टुचूबाज बांध्यावर नजर ठरत नव्हती. भोकरासारख्या मोठ्यामोठ्या डोळ्यांतून ती अशी घायाळ नजर टाकी की, पाहणाऱ्याच्या छातीत काही रुतावे. पान खाऊन रंगलेल्या चोचीतून मैनेसारखे गोड सूर निघाले. एक हात छातीवर आणि एक हात विठ्ठलकडे करून, कमरेत थोडी वाकून, तिने ललकारी मारली –

"नांदाया जातें खुशालीत ऱ्हावाऽ
ही देतें वळऽऽ क या माऽऽ झ्या गावाऽ"

चौंडक्याच्या ठेक्यावर तिचे पाय पडू लागले. सारे अंग दांडपट्ट्याच्या पात्यासारखे लवलवू लागले. बहिणा कबुतरासारखी गिरक्या घेत गाऊ लागली.

"अहो, मी नांदाय जातें
आठ-पंधरा दि ऱ्हातें
तिथला अंदाज घेतें
चवल्यापावल्या मी चोरून साठविन
जरुरीचं पत्र तुम्हा पाठविन
कामधंदा बाजूला ठेवा, एका रातींत भेटून जावा -"

"भले! भले!" खुशीत येऊन कुणी रामोशी ओरडला आणि दोन-तीन चवल्या कुठूनतरी येऊन बहिणाच्या अंगावरून खाली पडल्या. त्या तिने उचलून नामाच्या हाती दिल्या.

विठ्ठलच्या अंगातला गारठा कुठल्या कुठे पळाला. अधाशीपणाने त्याचे डोळे बहिणाच्या पोटऱ्यांवर, उभार छातीवर, फुगीर गालांवर खिळून राहू लागले आणि ते ध्यानात येऊन बहिणापण वारंवार गहिरे कटाक्ष टाकून गालातल्या गालात हसू लागली.

डावा डोळा बारीक करून म्हणू लागली –

“अहो, हरिणीच्या मृगा
तुम्ही येऊन तरी बघा
नाही द्यायची दगाऽ”

ती पुन्हा ध्रुपदावर येताच चौंडक्याची लय वाढे! तुणतुणेवाला कानावर हात ठेवून, वाकून, कमरेपासून वरचा मोहरा हलवून साथ देई. दोन्ही हातांच्या बोटांची गुंफण छातीवर दाबून डाव्या खांद्यावरून विठ्ठलकडे बघत बहिणा चाळ बांधलेले पाय अशा जलदीने, अशा ठसक्याने मारी की, खालच्या जमिनीचा खुरंदळा होऊन धुरळा उडे! तो ठेका बघणाऱ्याच्या अंगात भरे आणि बसल्या जागीच पायाच्या पंजाने जमिनीवर ताल धरून वा मुंडी हलवून तोही त्या बहिणाच्या नाचण्याच्या गतीबरोबर सुसाट पळे!

बहिणा देवाचे झाड होती. तिचे देवाशी लग्न लागले होते. कट्यारीशी झुलवा लागला होता. देवाशी लग्न लागल्यावरसुद्धा कुणा एखाद्याशी झुलवा लावून राहता येते. जोगतिणीला तशी मोकळीक असते, पण बहिणाने तसे केले नव्हते. आजपर्यंत ती एकटी राहिली होती. ‘कोरे सणंग’ म्हणून राहिली होती, पण विठ्ठलला पाहून ती विरघळली. गोरापान, तारुण्याने मुसमुसणारा विठ्ठल तिच्या मनात भरला. तिला पाठ असलेल्या साऱ्या शृंगारिक लावण्यातला नायक तिच्या डोळ्यांसमोर बसला होता आणि नायिका त्याला आळवत होती –

“हशीखुशीनं संगत कराल का?
प्रेमें पुढ्यामध्ये मला घ्याल का?”

लावण्यांवर लावण्या झडल्या. बहिणाच्या ओठातून वाहणाऱ्या रसगंगेत श्रोतेमंडळी डुंबडुंब-डुंबली. विठ्ठलच्या खिशातला तांबडा अंदळकरचा पुडा खलास झाला. नामाच्या खिशात ओंजळभर चवल्या जमल्या.

उगवतीला मोहरले. माळावरला गारठा अधिक झोंबू लागला आणि खुराड्यातून कोंबड्याने पहिली साद टाकली. विठ्ठल भानावर आला. बसल्या जागीच खालवर धोतर घालून मुरून पडलेल्या देन्याला त्याने जागे केले, “ऊठ रे, पहाट झाली.”

रात्रभर लांडोरीसारखी नाचून दमलेली बहिणा खाली बसून पायातले चाळ सोडू लागली. विठ्ठल जाण्यासाठी उठून उभा राहताच तिच्या छातीतून बारीक कळ उठली. डोळ्यांच्या कोपऱ्यातून विठ्ठलकडे पाहत लाडिकपणाने तिने विचारले, “निघालासा हवालदारसाब?”

विठ्ठलची भीड आता चेपली होती. मिस्कीलपणे हसत तो उत्तरला, “तर काय,

राहू तुझ्या ताफ्यात सुरत्या म्हणून?''

यावर लटक्या रागाने मान वेळावून बहिणा म्हणाली, ''याऽऽबया जाऽऽवा!''

विठ्ठल मनापासून हसला. असे हसणे पूर्वी त्याने कधीच फेकले नव्हते.

''बराय, कधी करगणीला आलो, तर ओळख द्या बहिणाबाईला!''

गारठ्याने कापत विठ्ठल आणि देन्या गावाकडे परतले. आणि नाचाची धुंदी ओसरल्यावर विठ्ठलला वाटले, 'इतक्या सलगीने बोलायला नको होते आपण तिच्याशी. कितीही झालं, तरी महाराची पोरगी ती! हं:! का पागल होतो माणूस एखाद्या वेळी! हसणे काय, डोळे उडवणे काय, छे:! अगदी निर्लज्जासारखे वागलो आपण. म्हाराच्या पोरीवर एका ब्राह्मणाच्या पोराने फिदा व्हावे म्हणजे काय? भलतेच!' विठ्ठलला स्वत:च्या वागणुकीची शरम वाटली. अगदी स्वत:च्या थोबाडीत मारून घ्याव्यात इतकी शरम वाटली.

खरे म्हणजे पोलीसखात्यात काम करायला विठ्ठल अगदीच नालायक माणूस होता. घरच्या जन्मदारिद्र्यामुळे म्हणा, विधवा आईच्या वरचेवरच्या हितपाठामुळे म्हणा किंवा प्रकृती म्हणून म्हणा, विठ्ठल आपला साधा, भिडस्त, मवाळ माणूस राहिला होता. मराठी सात इयत्ता आणि इंग्रजी चार कशाबशा देऊन तो उफाड्याच्या शरीराने पोलिसात लागला. महिन्याकाठी संस्थानचा सोळा अधिक आठ महागाई भत्ता मिळविणारा अधिकारी झाला; पण विठ्ठल अद्याप चारचौघांदेखत विडी ओढायलासुद्धा लाजे. आत्तापर्यंतच्या वीस वर्षांच्या आयुष्यात त्याने कधी दुसऱ्याच्या पोरीबाळींकडे डोळा वर करून पाहिले नव्हते; पण आज विठ्ठल वाहवला. बहिणाच्या त्या ढंगदार लावण्यातला अर्थ पुन्हा एकदा ऐकावा, समजून घ्यावा, तिचे पुष्ट अवयव, तिचे इष्कबाज दृष्टिक्षेप, हावभाव पुन:पुन्हा पाहावे, असे त्याला वाटत होते. 'आपल्यासारख्या सुसंस्कृत माणसाने तिथे जाणे, रामोश्यात बसणे आणि महाराच्या बाईचे गाणे ऐकणे, एवढेच नव्हे, तर तिच्यावर खूश होणे आणि अगदी सलगीने बोलणे-हसणे, हे का बरोबर?'

त्याच्या मनातली ती रुखरुख काही केल्या जाईना. त्यात आणखी एक गाढवपणा तो करून बसला होता. खिशात शिल्लक असलेली शेवटची एक रुपयांची तांबडी नोट तिच्या अंगावर त्याने फेकली होती. पगाराला अद्याप दहा दिवस अवकाश होता. 'अगदी निष्कारण गेले पैसे! आपल्यासारख्या साध्या पोलिसाला असा उधळेपणा कसा परवडणार?'

दुसरे दिवशी आठवड्याचा बाजार होता. दुपारी विठ्ठल घरी येताच आईने त्याला सांगितले, ''विठ्ठल, दूधवाला आला होता. पैसे द्यायला हवेत त्याचे आज.''

''नाहीत बुवा आपल्यापाशी.'' कपाळाला आठ्या घालून विठ्ठल त्रासिकपणाने म्हणाला, ''देऊ म्हणावं पगार झाल्यावर.''

"अरे, पण असे किती आहेत त्याचे? सारा एक-दीड रुपया असेल."

"अगं, पण तेवढासुद्धा नाही माझ्यापाशी तर काय करू?"

आणि त्याला फिरून बहिणाला दिलेल्या पैशांविषयी हळहळ वाटली. 'असा मूर्खपणा यापुढे कधीही करणार नाही. असे तो फिरून मनाशी पुटपुटला.

बहिणा आणि तिचा ताफा अद्याप गावात दिसत होता. रस्त्यातून जाताना विठ्ठलची आणि त्यांची चारदोनदा गाठ पडली. पहिल्यांदा ती त्याला समोरून येताना दिसली, तेव्हा मनातली चलबिचल दाबून अगदी गंभीरपणे तिच्याकडे पाहत तो पुढे गेला, पण ती मात्र गालातल्या गालात हसली. आणि हे लक्षात येऊन त्याचे त्यालाच वाटले, 'हा काय गाढवपणा? कुणी पाहिले तर?'

आणि नंतर जेव्हा एका घरापुढे चौंडके वाजवून गाताना ती दिसली, तेव्हा एखाद्या पोरीप्रमाणे खाली मान घालूनच विठ्ठल पुढे गेला. बहिणा मनात कष्टी झाली. 'हवालदार सायबांनी आम्हा गरिबांकडे नुसते डोळे भरून बघितलेसुद्धा नाही.' ही गोष्ट तिच्या जिवाला लागली.

दोन दिवस उलटले. बहिणा आपल्या गावी निघून आली. विठ्ठल आपली 'ड्युटी' करू लागला.

करगणीतल्या महारवाड्यातल्या तक्क्याला वळसा घालून एका अरुंद बोळातून उजवीकडे गेले म्हणजे पडझड झालेले एक दोन-चार खणांचे घर आहे. त्याभोवती पडलेल्या भिंताडांच्या दगडांचा खिळगा जागोजाग साचला आहे. चौकटीपुढची थोडीशी जागा मात्र झाडून-लोटून चक्क असते. चौकटीला लागून अंगणाच्या एका कडेला दगड रचून केलेल्या खिळग्यापाशी पाण्याचा रांजण पुरलेला आहे. तिथे पडणाऱ्या सांडपाण्यावर एक शेलाटा लिंबाराही तरारला आहे. घराची चौकट अगदीच लहान आहे. आत जाताना चांगले वाकून जावे लागते. वर असलेल्या साहाण्यातून आलेल्या उजेडात घरातले सामानसुमान नजरेत येते. गाडगीमडकी एका कोपऱ्यात उतरंडीला लावलेली आहे. जात्याशेजारी दोन जाड मळकट वाकळा आणि घोंगडे बोचक्यासारखे टाकलेले आहे. आडव्या बांधलेल्या दोरीवर एखादे जुनेरे, चोळी, अंगरखा आणि असल्याच काही चिंध्या लोंबत असलेल्या दिसतात. समोरच्या कडू तेलाने चक्क भिजलेल्या आणि तेलाचे ओघळ पार भिंतीवरून खाली ओघळलेल्या कोनाड्यात दिवा, फणी, अंगचाच टोपणाला आरसा असलेला तांबड्याभडक रंगाचा लाकडी करंडा. वर खुंटीवर एक-दोन बोचकी अडकवलेली. एका बाजूला खाली चूल. तिच्यात राखेचा ढिगारा. जवळच काटवट, काश्याच्या दोन थाळ्या भिंतीला टेकून उभ्या केलेल्या आहेत. थोडीशी जागा सारवून त्याच्यावर 'जग' ठेवलेला. एका खुंटीवर अडकवलेले चौंडके, आणखी असेच काही सटरफटर. हेच

बहिणा जोगतिणीचे घर.

घरी आल्यापासून बहिणा वेड्यासारखी झाली. फारशी घराबाहेर पडली नाही, का तोंड भरून कुणाशी बोलली नाही. तिच्या मनात काहीतरी डाचत होते. तिच्या छातीत काहीतरी खुपत होते. आजारलेल्या कोंबड्यासारखी मान टाकून ती एका कोपऱ्याला गप्प पडून राही. आठ-दहा दिवस झाले, तिने चार घरे 'जग' डोक्यावर घेऊन मागितली नाहीत की दोन बाजार बघितले नाहीत. बिचाऱ्या नामाला सारे कोडे! 'बहिणा, अशी येड्यावाणी का कराय लागलीय?' हे त्याला कळेना. तो वरचेवर म्हणे, ''बहिणा, असं निवांत बसून कसं भागायचं? जत्रा आली, जाऊ चल. रुपाया-दोन रुपायं बिदागी मिळेल.''

पण बहिणा मान हलवून नकार देई. आठवड्याचा बाजार आला की, नामा हळूच म्हणे, ''बहिणा, नाझऱ्याला बाजारला जायचं न्हवं?''

पण बहिणाने होकार दिला नाही. महिनाभर चौंडक्यावरचा धुरळा झाडला गेला नाही. देवाचा 'जग' जागचा हालला नाही.

करगणीच्या महारवाड्यातल्या एका अंधाऱ्या घरकुलात बाण लागलेली पक्षीण तडफडत राहिली. वाळवंटात मासळी तडफडत राहिली. देवीची जोगतीण एका पोलिसासाठी जीव आटवू लागली.

एका रात्रीतली ओळख! पण ती अशी मोक्याला, अशा अनुकूल प्रसंगाला झाली की, त्यामुळे दोन जीव हैराण झाले. विठ्ठलने स्वत:च्या मनाला कितीही दोष दिला, तरी तो बहिणाची आठवण काढता राहीना. एखाद्या रात्री विठ्ठलला चक्क तिच्याविषयीचे स्वप्न पडे! त्यात तिच्या अंगाचा निकट स्पर्श विठ्ठलच्या अंगाला होई आणि त्यातून जागा होताच तो शरमून जाई. 'एखाद्या वेळी बहिणा मराठ्याची असती तरीसुद्धा....' असला काही चमत्कारिक विचार त्याच्या मनात चोरट्या पावलाने येई. तो अस्वस्थ होई. एकीकडून त्याला आपल्या विषयविकाराची किळस येई आणि एकीकडून प्रबळ इच्छाही होई. सारी ओढाताण. विठ्ठल चिडून जाई!

महिना-सव्वा महिना उलटून गेला. बहिणाच्या घरातला दाणादुणा पार उडाला. त्या दिवशी तर एक कणही शिल्लक राहिला नाही. नामा हळूच बहिणाला म्हणाला, ''बहिना, पैसं हायतं कांई? जुंदळ्याचा कन न्हाई आज घरात!''

बहिणा काही वेळ गप्प बसली आणि पुन्हा काही निश्चयाने एकदम उठली. खुंटीचे गाठोडे काढून तिने सोडले. नाचायच्या वेळी नेसायला ठेवलेल्या पातळाच्या घडीपोटी असलेली दोन रुपयांची तांबडी नोट काढून तिने नामाच्या हवाली केली, ''आन जा जुंदळं.''

भिंतीला टेकून ती पुन्हा गप्प बसून राहिली. जरा वेळ इकडेतिकडे करून, फडके खांद्यावर टाकून नामा जोंधळे आणायला निघाला. एवढ्यात बहिणाने त्याला

हटकले, "नामा –"

"का गं?'

"खर्चूं नगंस ती नोट! असू दे हवालदाराची आटवन म्हनून."

तिने एक सुस्कारा सोडला आणि विव्हळ आवाजात ती बोलू लागली, "हकडं ये. असा जवळ बस माज्या! नामा, येडी म्हन, शानी म्हन; पर हवालदार त्या राती बघितला आन माजं चित्त नाही ऱ्हायलं थाऱ्यावर. आजपतूर कंदीकंदी कुनाएकी वाटलं नाही असं वाटलं. ह्या नव्याकोऱ्या शालूची घडी त्या उमदवार जवानानं मोडावी अशी इपरित वासना मनाला झाली. जीव झुरतोय नामा, त्या गोष्टीपायी. दुसरं कशात-कशात दिकून मन लागत नाही. नामा, कसं करावं रं? असं कसं मला मुसाफिरानं खुळं केलं?"

आणि भोळ्या बहिणाच्या डोळ्यात पाणी तरारलं. नामाच्या कमरेला वेध मारून बहिणा त्याच्या मांडीवर डोके टेकून मुसमुसू लागली.

तिच्या पाठीवर थोपटीत नामा म्हणाला, "येडी तर न्हवंस बहिना! आपन हलक्या जातीतलं, महार आन् हवालदार बामन, देशपांड्या! असं इपरित हुईल कसं?"

आणि खरंच इपरित झालं नाही. बहिणा जोगतीण मनात झुरत राहिली. विठ्ठल पोलीस मनाला खात राहिला. विपरीत असं काहीच घडलं नाही.

■

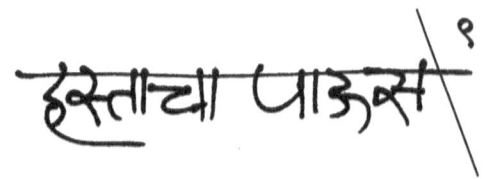

१

हस्ताचा पाऊस

संध्याकाळच्या सोनेरी उन्हाने ते खेडे आणि त्याच्या नजीक उतरलेल्या बेलदारांच्या तात्पुरत्या झोपड्या पिवळ्याधमक झाल्या होत्या. दळायची जाती विकून त्याच्यावर पोटपाणी भागविणाऱ्या भटक्या जमातींतील दोनतीन कुटुंबे काही ना काही करण्यात रंगली होती. बायकांनी तीन दगडांच्या चुली पेटविल्या होत्या. धुराच्या काळसर रेषा आभाळात चढत होत्या. पोरे हुंदडत होती, ओरडत होती. बापई आपल्या हेंगाड्या भाषेत मोठमोठ्याने बोलत चिलमी फुंकत होते. पायात कळाव घालून सोडलेली पाचपंचवीस गाढवे शेपट्या झाडीत, पालापाचोळा हुडकीत हिंडत होती. हिंडता हिंडता त्यापैकी दोघे गावात शिरून दुसऱ्या टोकाला गेली. उकिरड्यावर चरू लागली. एकाचा रंग भुरकट काळा होता. टापापासून वरचा टिचटिचभर भाग तेवढा पांढुरका होता. दुसरे पांढरे होते. धूळफुपाट्यात लोळल्याने तो पांढरा रंग मळून गेला होता. खाण्याची आबाळ म्हणून म्हणा किंवा कामाची आच म्हणून म्हणा, दोघांच्याही फासळ्या दिसत होत्या. ढोपरे मूठमूठ वर आली होती. काळ्याच्या पाठीवर नाळ पडली होती. तीवर माश्या घोंगावत होत्या. हाणलेल्या दगडाने पांढऱ्याचा पाय भप्प सुजला होता आणि ते लंगडत होते. कपाळावर झिपऱ्या लोंबत होत्या, मोठमोठ्या डोळ्यांतून पाण्याचे ओघळ नाकपुड्यापर्यंत आलेले होते. कान फडफडवीत, अंगावर बसणाऱ्या माश्या शेपटाने उडवीत उकिरडा फुंकणाऱ्या त्या दोघा कष्टी जिवांना बघून कुणाचेही मन हळहळावे, वीत-वीत खोल गेलेल्या भकाळ्या बघून आतडे तुटावे!

आग पडलेल्या पोटात पालापाचोळा कोंबून कळाव घातलेले पाय ओढीत ती दोघे सांडपाण्याने भरलेल्या एका डबक्यापाशी गेली. कान पाडून त्यांनी ते घाण पाणी पोटभर पिऊन घेतले आणि पुन्हा ती हिंडूफिरू लागली.

जोडीने फिरताफिरता त्यातले पांढरे थांबले आणि काळ्याच्या पाठीवरची जखम त्याने हुंगली. त्याच्या मानेला मान घासली. पांढऱ्याचा सुजका पाय काळ्याने आपल्या दातांनी खाजवला.

गाढवे झाली म्हणून काय झाले? त्यांनाही सुखाची, आरामाची अपेक्षा होतीच!

पण जन्मल्यापासून आजतागायत त्यांना यापैकी काहीही कधीही मिळाले नव्हते. जाती विकत गावोगाव फिरणाऱ्या बेलदारांची इमानेइतबारे सेवा करणाऱ्या गाढव आई-बापांच्या पोटी, कुठे कधी भटकताभटकताच या दोघा गाढवांचा जन्म झाला होता. ओझ्याने वाकलेल्या आईच्या पाठोपाठ कान उभारून रपेटी मारण्यात बालपण उलटले होते; आणि आता जड जात्यांच्या पाळी, बाजली, मालकांची शेंबडी पोरे, कोंबड्यांची खुराडी यांच्या ओझ्याखाली वाकत, दगडाधोंड्यांना ठेचाळत, उन्हातान्हातून, पावसापाण्यातून, थंडीवाऱ्यातून जाता जाता त्यांचे तारुण्य संपत होते. हा प्रवास करता-करताच जीविताचा प्रवास संपणार होता. कुठे माळावर पडलेल्या बेवारशी प्रेतावर घारी, गिधाडे संतुष्ट होणार होती. सारा खेळ संपणार होता.

संध्याकाळच्या उदासवाण्या वेळी ही सारी जाणीव त्या दोघांना झाली होती की काय, कोण जाणे! निर्बुद्ध समजल्या जाणाऱ्या त्या प्राण्यांच्या मनातही काही वावगे, बंडखोर विचार आले होते की काय कोण जाणे! एकमेकांच्या नाकपुड्या हुंगून, मानेला मान घासून त्यांनी मनोमन कसलासा निश्चय केला. खाणेपिणे सोडून ती बराच वेळ निश्चल उभी राहिली. हलके हलके तांबड्यालाल क्षितिजाच्या पार्श्वभूमीवर दिसणाऱ्या बेलदारांच्या झोपड्या काळ्या पडल्या आणि काळोखात मिसळून गेल्या. तीन दगडांच्या चुलीतले जाळ तेवढे लखलखू लागले. खेड्यात सांजवाती लागल्या. आत्तापर्यंत बेलदारांनी इतर गाढवे पिटाळून नेऊन दावणीला बांधली होती, पण ही दोघे मात्र कसल्याशा चिंतनात गढून गेल्याप्रमाणे दूरवरच्या त्या उकिरड्यावर निश्चल उभी होती. क्षणभर त्यांनी कान टवकारून इकडेतिकडे पाहिले आणि झोपड्यांच्या विरुद्ध दिशेला तोंडे फिरवून ती चालू लागली. त्या असह्य कष्टांकडे पाठ फिरवून काळोखात शिरली!

प्रसंगाने माणूस धीट बनतो तशी जनावरेही बनतात का? काय असेल ते असो! रान तुडवीत गावापासून थोडेफार लांब आल्यावर एकमेकांच्या पायातले कळाव त्यांनी कुरतडून तोडून टाकले आणि मग मोकळ्या पायांनी ती सुसाट निघाली. पाय नेतील तिकडे जाऊ लागली. नीट वाटेने गेले, तर तपास काढणाऱ्यांना माग लागायची भीती होती; आणि जाण्याचे गावच ठरले नव्हते, तर वाटेचा विचार तरी कशाला? ओढे, ओहळ, टेकड, लवण ओलांडून ती जाऊ लागली. मोकळ्या रानातला गार वारा अंगाला थटत होता, तो सोसाट्याने वाहू लागला. वावटळे उठू लागली. धुळीला आणि त्या सोसाट वाऱ्याला न जुमानता ती चालतच होती. चांदण्याने उजळलेल्या आभाळात एक-एक काळा ढग गोळा होऊ लागला. बघता-बघता सारे आभाळ काळेकभिन्न झाले. विजा चमकू लागल्या, आभाळ गर्जू लागले, पावसाने फळी धरली. हस्ताचा पाऊस धो-धो कोसळू लागला!

त्या दोघा गाढवांची अंगे भिजून चिंब झाली. ओल्या केसांवरून पाणी खाली

ओघळू लागले. काळ्याच्या जखमेत पाणी शिरले आणि ती झोंबू लागली. चिखलातून चालता चालता पांढऱ्याचा पाय दुखू लागला, पण एखाद्या झाडाच्या निवाऱ्याला ती क्षणभरही थांबली नाहीत. सारी रात्र चालून शक्यतो दूर जायचे, असे त्यांनी ठरविले होते; नाहीतर ते द्वाड बेलदार माग काढीत आले असते आणि त्यांनी या गाढवांना पुन्हा वेठीला धरले असते. 'त्यापेक्षा या पावसात मरायचे का होईना! एखाद्या ओढ्यात वाहून जायचे का होईना!' अशा विचाराने ती पाय उचलीत होती. धोधाट पाऊस कोसळत होता. भन्नाट वारा घोंगावत होता. अंधार, पाऊस, वारा आणि श्रम!

अखेर उघडीप झाली. आभाळ स्वच्छ झाले. पूर्वेला मोहरले. पाखरांचा कलकलाट चालू झाला. तेव्हा ही दोघे कुठल्याशा एका खेड्यातील मारुतीच्या देवळात निवाऱ्याला उभी होती. चारदोन वेळा कान फडफडून अंग झाडल्यावर सारे पाणी पडून गेले होते. चार भिंतीच्या आडोश्याला असल्यामुळे अंगात उबाराही आला होता. त्या जुन्यापुराण्या देवळाच्या अंधाऱ्या कोपऱ्यात डासांची गुणगुण ऐकत, दिडक्या पायावर उभ्या राहिल्या राहिल्या त्यांनी पहाट घालविली. कोवळी उन्हे देवळाचे जोते ओलांडून आत आली, तेव्हा कोपऱ्यातून हलून दोघेही त्यात जाऊन उभी राहिली. चिखलाने माखलेले पाय सुकू लागले. उन्हे गोड वाटू लागली. रात्रभराच्या वाटचालीने आंबून गेलेले पाय मोडून त्यांनी तिथेच बसकण मारली. उन्हात बसल्या-बसल्याच त्यांचे डोळे मिटू लागले. गुरवाने गुळगुळीत सारवलेल्या जमिनीवर बेलदारांची दोन गाढवे नित्राण बसून राहिली. रात्रीच्या रात्री किती अंतर त्यांनी तोडले होते कोण जाणे! यापुढे त्यांचे कमनशीब त्यांना कुठे घेऊन जाणार होते कोण जाणे! तूर्त तरी कुणाचीही नसल्याच्या समाधानाने ती बसली होती!

देऊळ झाडण्यासाठी गुरव आला. दोन हडकुळी गाढवे निवांत बसलेली बघून खवळला. गावातल्या एकुलत्या एका कुंभारापाशी गाढव नव्हते. आदल्या रात्री गाढवी सोनाराचे वा बेलदाराचे एखादे लटांबरही आले नव्हते. मग ही ब्याद आली होती कुठून? चार शिव्या हासडून धोंडे बकावले तेव्हा ती दोघे धडपडून उठली. 'झ्या– झ्या–' म्हणून पिटाळल्यावर चगळचोथा हुडकू लागली.

दोन दिवस झाले, तरी ती गाव सोडून गेली नाहीत. तिथेच राहिली. गावातल्या उकिरड्यावर किंवा गावाबाहेरच्या मोकळ्या रानात जोडीने चरून संध्याकाळी गावात यावे, कुठेतरी डोळे मिटून उभे राहावे, झोप आली की, पडक्या धर्मशाळेच्या मातीत बसावे, दिवस उगवला की पुन्हा भटकावे! शेवटी गावकऱ्यांना कळले की, ही गाढवे चुकारीची होती. गावकामगारांनी त्यांना कोंडवाड्यात डांबून टाकले!

पुन्हा आठ-दहा दिवस गेले, तरी त्या गाढवांचा कुणी धनीगोसावी आला नाही; गेला नाही. हस्ताच्या बेसुमार पावसात बेलदारांनी शोध केला नाही! गाढवे सरकारजमा

झाली आणि पाटलाने त्यांचा लिलाव पुकारला. तराळाने गावात दवंडी दिली.

"उद्या सकाळी चावडीम्होरं दोन जनावरांचा लिलाव होनार हाय. ज्येला सवाल बोलायचा हाय त्येनं येवं जी!"

सकाळी चावडीसमोर मंडळी जमली. पायरीशेजारी त्या दोघांना बांधून घातले गेले. तटस्थपणे पुढे जमलेल्या जमावाकडे ती बघत होती.

गेल्या आठ-पंधरा दिवसांत तराळाचा दयाळूपणा म्हणून म्हणा किंवा मागली काळजी सुटली म्हणून म्हणा, ती दोघे बरीच सुधारली होती. त्यांची पहिली कळा मावळून आता अंगातोंडावर थोडी टकळाई आली होती. समोर जमलेल्या कुणा भाग्यवंताच्या हाती आपले भवितव्य जाणार आहे, असा प्रश्न मनात येऊनच की काय, त्या समोरच्या जमावावरून त्यांनी तीनतीनदा नजर फिरवली. कान टवकारले. गाढवांचा उपयोग कुंभाराशिवाय दुसऱ्या कोणाला होणार? त्या जमावात लिलाव घेणारे दोघेच होते. एक ज्ञानू कुंभार आणि दुसरा बाबुश्या दरवेशी. कुंभार गाढव घेऊन त्याच्या जिवावर धंदा करणार होता. मडक्यांसाठी शेजारच्या शेतातली चिकणमाती वाहून आणणार होता. गाडग्यामडक्यांनी भरलेली जाळी त्यांच्या पाठीवर लादून शनिवारच्या बाजारासाठी तालुक्याच्या गावी जाणार होता. आणि दरवेशी आपल्या वाघाला महागाईच्या काळात बकऱ्याऐवजी गाढवाची मेजवानी देणार होता. दोघेही खिसे जड करून आले होते. अखेर लिलाव पुकारला गेला.

"पंधरा रुपये." दरवेशी पहिल्यांदा बोलला.

"वीस रुपये." ज्ञानूने पाच रुपये वर चढविले.

चौगुला ओरडला, "वीस रुपये एक वार!"

"पंचवीस." दरवेशी खिसे चाचपीत पुन्हा ओरडला.

"तीस." ज्ञानूने पुन्हा आकडा वाढवला.

त्यावर मात्र दरवेशी बोलला नाही. कुंपणापर्यंत धाव घेऊन सरडा गप्प राहिला. अंमलदाराला लवकर परतायचे होते. त्याने 'अखेरी'ची खूण केली.

"तीस रुपये एक वार!

तीस रुपये दोन वार!

तीस रुपये तीन वार!"

चौगुल्याने गाढवे ज्ञानू कुंभाराची झाल्याचे जाहीर केले.

तीस रुपये मोजून गाढवांना पुढे घालून ज्ञानू घराकडे गेला. जमलेले लोक "बरे झाले! कुंभाराचा धंदा चालेल आता नीट!" असे बोलत घरोघर निघून गेले.

गावच्या एका कडेला ज्ञानू कुंभाराचे लहानसे घर होते. अंगणात निंबाचे एक हिरवेगार झाड होते. त्याच्या गार सावलीत ज्ञानू माती मळायचा, फिरत्या चाकावर घाटदार मडकी बनवायचा, थोपटायचा. त्या एवढ्याशा घरात ज्ञानू एकटाच होता.

ना बायको ना पोर, अगदी एकटा! त्याचे वय आता तीस-पस्तीसच्या पुढे गेले होते. गावचे होईल तेवढे काम करून बयत्याच्या पेंडीवर ज्ञानू पोट भरत होता. चार-आठ महिन्यांपूर्वी त्याचे एकुलते एक गाढव तरसाने मारले होते, त्यामुळे त्याच्या धंद्याची थोडी आबाळ होत होती. त्यामुळेच लिलावाची गाढवे मिळताच त्याला कोण आनंद झाला! निंबाच्या सावलीत आणून त्याने ती बांधून टाकली आणि गावभर तो सांगत हिंडू लागला, ‘‘बरं झालं! जनावरं मिळाली. खराब हैती थोडी. पन खान्यापिन्याची चंगळ दिली उडवून म्हंजे चार दिसात हुतील गोलगरगरीत!’’

आणि खरंच, त्या दिवशी हातात खुरपे आणि पाठीशी पोते टाकून तो रानोमाळ हिंडला. संध्याकाळी हरळीचे पोते घेऊन घरी आला. कोवळ्या गवताचे ते ओझे त्याने दोघा गाढवांपुढे ओतले. दोघांनाही आळीपाळीने चुचकारून म्हटले, ‘‘खा गुलामानू, पोटभर खा आन् गोल व्हा. हतं तुमाला तरास न्हाई. कंदी सटीसामाहीला मातीचं वझं आणायचं आन् माल घिऊन बाजारला जायाचं. एरवी निवांत!’’

त्याच्या त्या बोलण्याने झालेले समाधान त्या मुक्या जनावरांनी कान टवकारून आणि धन्याचे अंग हुंगून व्यक्त केले. ‘संपला तो त्रास! एवढे धाडस केल्यासारखे अखेर सारे गोड झाले. भटक्या बेलदाराच्या फोका खात जन्मभर भटकणे संपले!’ या एकाकी आणि प्रेमळ कुंभाराच्यात हा एकच का, आणखी सात जन्म काढायची त्यांची तयारी होती. उशिरा का होईना, पण या अभागी गाढवांकडे देवाने बघितले होते. यापुढे सोन्याचा घास खाऊन त्यांना राजासारखे राहायला मिळणार होते. या आनंदात, या समाधानात समोरचे गवत खाता-खाता त्यांनी आपसात दंगामस्ती केली. तोंडाला तोंड लावले. जणू एकमेकांना ती म्हणत होती, ‘बघ काय नशीब आहे! नाहीतर वागवली असती जड जाती जन्मभर आणि फुंकले असते छप्पन उकिरडे!’

आणि त्यानंतर दुसरे-तिसरे दिवशीचीच गोष्ट.

तिसऱ्या प्रहराच्या सुमारास दोघा गाढवांना पुढे घालून ज्ञानू रानात गेला. हिरव्या रानात ती दोघे हिंडू लागली. ज्ञानू गवत काढू लागला. त्याचा खुरप्याचा हात सरासरा चालला होता. दूरवर दिसणाऱ्या डोंगराच्या शिखरावर काळ्या ढगांचे ढीग पडले होते. पावसाने वारा घातला होता, पण गवत काढायच्या नादात ज्ञानूचे लक्ष तिकडे गेले नाही. तो आपला खाली मुंडी घालून खुरपे चालवीत होता. मूठमूठभर गवत वेचून पोते टिच्चून भरेपर्यंत दिवस मावळला. कडुसे पडले तेव्हा तो भानावर आला. गवताचे पोते डोईवर घेऊन त्याने गाढवे दबावली. झपाझपा पाय उचलले. बुरंगट यायच्या आत आपण गावात पोहोचू अशा हिशेबात तो होता. डोंगरावरचे काळे ढग हळूहळू अलीकडे सरकले. अंधाराचा घेर वाढला. विजा चमकू लागल्या,

आभाळ गडगडू लागले. पावसाचे थेंब अगोदर हलके-हलके ठिबकले आणि मग गती वाढली. तिरप्या धारा सडासडा अंधारात घुसू लागल्या. गावओढ्याच्या अलीकडे असलेल्या पांदीतून ही तिघे चालली होती. ओढ्याचे वाळवंट समोर पसरलेले होते. पावसाने चिंब भिजून गेलेले ओझे सावरीत पाणी यायच्या भीतीने त्या दोघांना दबावीत ज्ञानू कुंभार भराभरा पाय उचलीत होता. पांद संपली. पायाला ओढ्याची ओली वाळू लागली. ती तुडवीत ज्ञानू आणि गाढवे मध्यावर आली. तोच गर्जत-घोंगावत गढूळ पाण्याचा लोंढा वरून आला आणि ज्ञानू उलटापालटा झाला. ती दोन गाढवे आणि ज्ञानू या तिघांना बगलेत मारून क्षणार्धात तो राक्षसी लोळ गर्जत-घोंगावत, फेस ओकीत पुढे धावला! पार गेला!

काळाकभिन्न अंधार, चिमधार पाऊस, कान बधिर करणारा एकसारखा घोष! मध्यान रात्र उलटली. त्या रात्री कोकराला तोंडात धरून धावणाऱ्या लांडग्याप्रमाणे तो लोंढा ज्ञानूला घेऊन गेला आणि नाकातोंडात पाणी जाऊन घाबरीघुबरी झालेली, गारठ्याने काळवंडलेली त्याची दोन गाढवे कुठे फर्लांगा-दोन फर्लांगावर काठाला लागली आणि भेलकांडत, धडपडत ज्ञानूच्या घराकडे आली. बंद दाराला लागून उभी राहिली.

अंगणातला निंब मान वाकवून पावसाचा मारा घेत उभा होता. सारवलेल्या अंगणात गुढगागुढगा पाणी साचले होते. पन्हाळीतून पिंढरीएवढे मुसांडे सुटले होते.

त्या काळ्या अंधाराकडे बघत, एकमेकांना खेटून दोन गाढवे उभी होती.

हस्ताचा पाऊस वेड्यासारखा कोसळतच होता!

■

१०
मायलेकराचा मळा!

माझ्या खेड्याच्या पांढरीत उभे राहून उगवतीला नजर टाकली की, दोन गोफण-धोंड्यावर ती घुटमळते. मायलेकराच्या मळ्यातली चिंचेची दोन सावळी झाडे विठोबा-रखुमाईच्या मूर्तीप्रमाणे डोळ्यात भरतात. त्यांच्या सावलीत दोन समाध्या आहेत. ऊनपावसाला स्वत: मस्तके देऊन ती समाध्यांना निवारा देतात. कोवळी पाने, फुले, फळे अंगावर उधळतात. लगत असलेल्या विहिरीचा पाट समाध्यांच्या पायांच्या स्पर्शाने पवित्र होऊन उसाला, रताळ्यांना, मिरच्यांना पोसतो. बारा महिने तेरा काळ मायलेकरांच्या मळ्यातल्या हिरव्या मायेवर नजर ठरत नाही. पाहणाऱ्याचा पाय जागचा हलत नाही.

पन्नास वर्षांमागे त्या दोन समाध्या तिथे नव्हत्या. बाजीबाबांनी हौसेने लावलेल्या चिंचेच्या झाडाची खोडे पिंढरीएवढीसुद्धा झाली नव्हती. मळा मात्र आता आहे असाच तेव्हाही भरगच्च पिके. धान्याच्या ठेली बाजीबाबांच्या सोप्याच्या किलचा गाठत. पण ते खायला घरी होते कोण? साथीच्या झपाट्यात बाजीबाबांची हातातोंडाला आलेली दोन मुले, बायको, भाऊ, भावजय सारी निघून गेली. शेपन्नास खणांचा वाडा बाजीबाबा आणि म्हाताऱ्या रंगुआजीच्या पाठी लागू लागला, त्याला वीस वर्षे उलटली होती. बाजीबाबांची साठी उलटली होती आणि रंगुआजीचे नाक जमिनीला टेकू लागले होते. त्या जुन्यापुराण्या वाड्यात मायलेकरे आयुष्याचे उरलेसुरले दिवस ढकलीत होती.

जिवाला विरंगुळा म्हणून बाजीबाबांनी मुद्दाम एक गाय घरी ठेवली होती. सारा कुणबावा कुणाकुणाला खंडाने लागण केला होता. तरी उगवतीला दोन गोफण-धोंड्यावर असलेला गावदरी मळा तेवढा शिवा दयाळाला बटईने लावला होता. चिंचेच्या झाडापासून मळ्याची पट्टी पार गावाला येऊन भिडली होती. गावातली न्हाव्यांची घरे आणि मळ्याला लावलेले बाभळीच्या काट्यांचे कुंपण यात फार झाले तर चार-सहा बावांचे अंतर होते.

मळा जरी बटईने लावला होता, तरी बाजीबाबा त्यात घरी असल्याप्रमाणे खपत. कुठेही एखादी शेणाची पोवटी आढळली, तर ती ओलांडून ते कधी

जाणार नाहीत. ती उचलून मळ्याच्या वावरात टाकतील. जोंधळ्याच्या ताटांना मारणारे टारफुल्याचे तण हाताने एक-एक उपसून टाकतील. कुठे एखादे बचकेत मावेनासे कणीस दिसले, तर पाखरे बसू नयेत म्हणून त्याला फडके गुंडाळतील. सदानूकदा म्हातारा त्या मळ्यात काही खटपट करण्यात गुंतलेला असे. साठी उलटून गेली, तरी खैराच्या खोडासारखे शरीर अजून रिकामटेकडे बसत नसे. वयोमानाच्या दृष्टीने म्हातारा अद्याप चांगला टणटणीत होता. अलीकडे डोळे मात्र अधू झाले होते. झांझड पडल्यावर चारआठ वावांवरची वस्तू स्पष्ट दिसेनाशी झाली होती.

घरातली माणसे गेली, तशी बाजीबाबांनी कुलकर्ण्याची पाळी केली नाही. तरी गाव अद्याप त्यांना मानीत होता. कुठे भांडणतंटा झाला की, लोक बाजीबाबांकडे येत. "बाजीबाबा करतील त्यो न्याय!" म्हणून त्यांचे सांगणे ऐकत. कुठल्याही सार्वजनिक कामापासून ते भावाभावांच्या झगड्यापर्यंत सगळ्यात बाजीबाबा असत. त्यांच्यावर लोकांचा विश्वास दांडगा! वयाच्या पंधराव्या वर्षापासून चाळिसाव्या वर्षापर्यंत कुलकर्ण्याचे काम केले, पण त्यांनी कुणाचा पै-पैका खाल्ला नाही का कुणाचे वाईट केले नाही. पंढरीचा वारकरी! धुतल्या तांदळासारखा निर्मळ! कुणाचे बरे नाही, वाईट नाही. नीट नाकासमोर बघून चालणारा! पण त्याहीबरोबर त्यांनी कुणाचे वावगे सहन केले नाही. कुणी सोने ठेवले, तरी खोटे सांगितले नाही, तसेच कुणी खरेच चुकला असला, तर 'गड्या, तू चुकलास!' असे स्पष्ट बजावायलाही त्यांनी कधी मागेपुढे पाहिले नाही. मग तो कोणी बाजीराव का असेना! एकदा दप्तर तपासायला आलेला अंमलदार काही उणेवावगे बोलला, तेव्हा बाजीबाबांनी सरळ दप्तर उचलले आणि त्याच्या पुढ्यात टाकले आणि बजावले, "रावसाहेब, हे आपलं दप्तर सांभाळा. लाथा खायची सवय या पिंडाला नाही!"

झुंजुमुजू झाले, अंगणातल्या पेरूच्या झाडावर पाखरांचा कलकलाट चालू झाला की, त्या घरकुलातले दोन जीवही जागे होत. अंथरुणावर उठून बसून हलक्या आवाजात बाजीबाबा भूपाळ्या म्हणत. गोड अभंग म्हणत :

"स्वप्न सांगे मंदोदरी
लंका वेढली वानरीं!
एक दुर्गावरी चढती
एक 'घ्या घ्या रे' बोलती ॥"

पहाटेचे प्रसन्न वातावरण अधिक प्रसन्न होई. दावणीतली गाय तणावून जागी होई आणि बाजीबाबांनी टाकलेली पेंडी कान झडपीत खाऊ लागे. राणी महारीण येऊन अंगणाची झाडलोट करून जाई. जरा वेळाने मागील दाराच्या आडाची कप्पी कुरकुरायला लागे. पाण्याचे पातेले घेऊन बाजीबाबा अंगणात येत आणि त्यात गाईचे शेण कालवून लिंपायला लागत. ते पाहून स्वयंपाकघरात चुलीला पेटत घालणाऱ्या रंगुआजीच्या पोटात कालवून येई. ती बाहेर येई आणि भरल्या आवाजात म्हणे, ''बाजी, माझ्या लेकरा, राहू दे. मी टाकते सडा!''

''अगं आई, आता या वयात होतंय का तुला हे झाडलोट, सडापाणी? आणि मी केलं म्हणून बिघडतंय कुठं? म्हातारपणी एवढं तरी सुख देऊ दे मला माझ्या आईला!''

यावर म्हातारी काही न बोलता आत जाई आणि पसा-दोन पसे पाणी डोळ्यांतून काढी.

आडाची कप्पी पुन्हा कुरकुरायला लागे. धोतराचा काचा खोवून डोणेत पोवरे ओतणाऱ्या बाजीबाबांना म्हातारी पुन्हा काकुळतीने म्हणे, ''बाजी, माझ्यासाठी तापलंय पाणी. त्यातलंच घे तपेलीभर. गार पाण्यानं नको करूस अंघोळ!''

''कसलं गार आई? सकाळी आडाचं पाणी चांगलं उकळल्यासारखं ऊन असतं!'' असे म्हणून बाजीबाबा गार पाण्याचे तांबे भराभर अंगावर ओतून घेत.

अंघोळ होई. नेसल्या धोतराचा सोगा पिळून बाजीबाबा त्यानेच अंग पुशीत. हातासरशीच ओले धोतरही धुऊन टाकीत. आणि मग परसातली कोरांटी-दुपारतीची फुले, तुळशीच्या मंजिरी वाहून यथासांग पूजा करीत. विष्णुसहस्रनाम, व्यंकटेशस्तोत्र म्हणून होईपर्यंत रंगुआजीचे अंगधुणे आटपून स्वयंपाक तयार असे.

जेवण आटोपल्यावर गाय सोडून बाजीबाबा मळ्याला जात. रंगुआजीची उष्टी भांडी, झाकपाक, आवराआवर हळूहळू चाले. दिवस डोक्यावर येई. उन्हाचे मान वाढे. डोक्यावर आलेला दिवस पश्चिमेला थोडा कलंडे. मागले दार ओढून घेऊन 'विठ्ठला' म्हणून रंगुआजी पुढल्या सोप्यात चौघडीवर अंग टाकीत. कुणी एखादी सासुरवाशीण एखादा जिन्नस कसा करायचा म्हणून विचारायला किंवा कुणी म्हातारी तपकिरीची चिमूट ओढायला म्हणून आली, तर तेवढाच सावट. एरवी सारे गडिगुप्प! रंगुआजी अलीकडे कुठे फारशा बाहेर जायच्या नाहीत. मात्र गावात कुठे कुणी आजारी पडल्याचे कळले की, वयोमानाने खूपशी वाकलेली, आखूड बांध्याची, गोरट्याल्या रंगाची ही म्हातारी घरच्या साळीच्या भाताचा आसट गोळा, तूप, लिंबाच्या लोणच्याची फोड, कर्दळीच्या पानात गुंडाळून, आलवणाच्या पदराखाली झाकून, आजाऱ्याच्या घरी जाई. मायेच्या शब्दाने विचारपूस करी आणि काही घरगुती औषधोपचार सुचवून परत येई!

कधी रात्री चार घास खाऊन मायलेकरे मारुतीच्या देवळात चालणाऱ्या पोथीला जात. खांबाशी टेकून श्रीधराची रसाळ ओवी कान देऊन ऐकत. घंटा-दोन घंट्यांनी पोथी संपे. पोथीपुढे डोके टेकवून दोघे जण पाया पडत. एकमेकांच्या आधाराने घरी येत.

कधी समईच्या मंद प्रकाशात सोप्यात पडल्यापडल्या मायलेकरांच्या सुखदु:खाच्या गोष्टी चालत. आईच्या अंथरुणावर बसून बाजीबाबा तिचे जीर्ण पाय हलक्या हाताने चेपीत हरिपाठ गुणगुणत.

बाजीबाबांचे आपल्या आईवर आणि मळ्यावर अपार प्रेम होते. दोघांची सेवा करताना त्यांना समाधान वाटे. त्यांच्या पोळल्या मनावर फुंकर घातल्यासारखे होई. म्हाताऱ्या आईला त्रास पडू नये म्हणून ते झाडलोट करीत, सडा शिंपीत, पाणी ओढत, भांडी घासत, आईचं अलवणसुद्धा धुऊन टाकत! एखाद्या लहान मुलाची करावी त्याप्रमाणे ते रंगुआजींची सेवा करीत; आणि तसेच मळ्यातही राबत. दर वर्षी आषाढी वारीला पंढरीला जाऊन ते देवाचे सोवळे रुपडे बघून येत. आणि पुन्हा पुढच्या वारीपर्यंत ते रूप मळ्यात पाहत!

पण बाजीबाबांच्या सोन्यासारख्या मळ्याला न्हाव्याच्या घरची वर्दळ फार! मळ्याच्या कुंपणाअलीकडेच न्हाव्याचा गुराचा गोठा, परडा होता. त्यातली अडमुठी म्हसरे कुंपण ओलांडून आत येत. हुरड्याला आलेली कणसे खात आणि टम् जोगावत. त्यांच्या धुडगुसामुळे ताटे मोडून पडत. चांगल्या पिकाची नासाडी होई. न्हाव्याची पोरेठोरे कुंपण विसकटून आत येत आणि बांडाची ताटे ऊस म्हणून कडाकड मोडून घेऊन पळत. शिवा दयाळाने आणि बाजीबाबांनी या प्रकाराबद्दल म्हादा न्हाव्याला दहादा ताकीद दिली, पण त्याने ते सारे कानाआडते टाकले आणि पूर्वीचे प्रकार निर्वेधपणे चालू ठेवले. पुन्हा छातीएवढे उंच, अंगावर बोट-बोट केस वाढलेले, डबक्या पोटाचे अन् भुऱ्या रंगाचे एक रेडकू जेव्हा बघावे तेव्हा पिकात दिसू लागले. कुंपणापासून वरचे एक खुटण त्याने नासले. माणसाचा थोडासा सावट आला की, ते कुंपणावरून अलगद उडून परड्यात पडे! पक्के बिलंदर होते ते! त्याला बांधून घालण्यासाठी बाजीबाबांनी सहासात वेळा न्हाव्याला सांगितले, पण त्या चढेल हजामाने ते ऐकून न ऐकल्यासारखे केले. शिवा दयाळाने अद्दल घडावी म्हणून पाळत ठेवून एकदोनदा चार काठ्याही त्या ओढाळ रेडकाच्या पाठीत घातल्या. त्याला कोंडवाड्यात घातले; पण परिणाम नाही! त्या न्हाव्याला त्याचे काही वाटले नाही आणि जनावरालाही नाही! त्याचे आपले पहिले पाढे पुन्हा चालूच! दिवसाउजेडी, रात्री-अपरात्री ते ओढाळ रेडकू पिकात शिरायचे राहिले नाही. आणि यातच बाजीबाबांचे आणि न्हाव्याचे बिनसले!

त्या साली बाजीबाबांच्या बांधाला बांध असलेले शिवार न्हाव्याने बटईने केले; केवळ ईर्ष्येनेच. आणि तो उघडउघड बोलू लागला, "माझी गुरं पिकात शिरत्यात म्हनून बामन इळतीनदा वरडतुया. आता तेचं ढ्वार कंदी त्वांड घालंलच का नाय माझ्या पिकात?"

पण बाजीबाबाही इरेला पेटलेले. त्यांनी शिवा दयाळाला बजावले की, "शिवा, हाणकाबिगार आपलं जनावर त्या पट्टीत जाऊ देऊ नकोस!"

पुसाचा महिना अर्धाअधिक सरला. बाजीबाबांच्या बांधाला लागून असलेल्या न्हाव्याच्या जिराईत शिवारातला जोंधळा ताल तोडू लागला. जोंधळ्याच्या मध्ये असलेला हरबरा पुसातली थंडी पिऊन टरारला. पोचट घाटा टंच भरला. हिरवे लोलक डुलू लागले. न्हाव्याच्या घरात तवंग आलेले सोलण्याचे कोरड्यास हाताच्या बाह्या वर करून पोरेठोरे ओरपू लागली.

कधीकधी रंगुआजीला मळ्यात जायची लहर यायची आणि मनात येताच दाराला कुलूप ठोकून म्हातारी तरातरा मळ्यात जायची. आजही तिला उगीचच वाटले आणि रंगुआजी मळ्यात आली.

बाजीबाबा गाय हिंडवायला कुठे वर गेले होते. शिवा दयाळ मोटेवर होता. धावेवरून, कपाळावर आडवा हात ठेवून त्याने बांधावरून येणाऱ्या म्हातारीकडे पाहिले. पातळाचे ओचे वर उचलून म्हातारी न्हाव्याच्या हरबऱ्यात शिरलेली पाहताच तो पुटपुटला, 'आता काय करावं या म्हातारीला? वैऱ्याच्या पिकात कशाला शिरली?' आणि गडबडीने तिकडे बघतच त्याने बैल दबावले. एवढी मोट घालवून तिकडे जावे आणि म्हातारीला सांगावे, असा हिशेब त्याने मनाशी केला होता.

आणि नेमका त्याच वेळी खालच्या बांधाकडून म्हादा न्हावी हरबऱ्याकडे आला. आता काहीतरी गोंधळ होणार या भीतीने दयाळाने मोट थांबवली आणि आसूड खांद्यावर टाकून मुंडासे आवरीत तो हरबऱ्याकडे धावला.

बामनाच्या थेरडीने हरबरा उपसलेला पाहताच न्हाव्याच्या तळपायाची आग मस्तकाला पोहोचली. खेड्यात खायचा जिन्नस म्हणून कुणी एखाद्याने हरबऱ्याचे चार ढाळे किंवा भुईमुगाचे दोन वेल न विचारता उपसले, तर हाडाचा कुणबी कधी बोलत नाही, पण एवढा मनाचा मोठेपणा त्या न्हाव्याशी कुठला? सनाट्याने तो पुढे आला आणि म्हातारीच्या हातातला हरबरा त्याने खसकन ओढून घेतला. त्या हिसक्यासरशी म्हातारी तोल जाऊन हरबऱ्यात कोलमडली. एवढ्या अवधीत शिवा दयाळ तिथे येऊन पोहोचला होता. त्याने तिला उठवले आणि अंगाला लागलेली काळी माती झटकली. म्हादा न्हावी तणतणत होता.

"भुईला नाक टेकलं! दुसऱ्याच्या पिकात मुकाट शिरताना मनाला काही वाटलं नाही तुज्या?"

शिवाने त्याच्याकडे रोखून बघितले. देवासारख्या म्हातारीला अरे-तुरे करणाऱ्या न्हाव्याची बच्चाळी उपसून हातात द्यावी, असे त्याला झाले होते; पण आगळीक आपल्याच माणसाकडून झाली होती हे ध्यानी येऊन तो गप्प राहिला. फक्त धारदा आवाजात तो म्हणाला, "म्हादा, हे बरं नव्हं. म्हातारं माणूस बघून तरी वागायचं हुतंस!"

"असंल म्हातारं!" तावातावाने हातवारे करीत न्हावी बोलू लागला, "मला काय त्येचं? म्हातारपणी सोलाणा कशाला खावा वाटतं? बुड्ढी घोडी न् लाल लगाम! ल्योक जनावरं पिकात शिरताती म्हनून तर्रबर्तर होतुया आन् आई मातूर हरबरा मुकाट्यानं उपसतीया दुसऱ्याचा!"

"लेका, देवावानी मानसाचं पाय लागलं, चारआट मन हरबरा हुईल रानात!"

"भलं!" खवचटपणाने म्हादा बोलला, "हे निबर देवमानूस होय! साऱ्या घरादाराला टाळून बसलीये थेरडी!"

यावर मात्र शिवा भडकला.

"लेका न्हावगंडा, बयत्याच्या पेंडीवर जगलास आन् वर नाकाड करून बोलतुयास! सावकार झालास चार पैसं साटवून. म्हनून त्येच्या उबीवर बोलतुयास व्हय? पन रेड्यावर अंबारी घातली, तर हत्ती न्हाई हुयाचा तेचा!"

"अरं जा, बामनाच्या खरकट्यावर जगणारा तू!"

पण न्हाव्याचे वाक्य पुरे झाले नाही तोवर – "एका हुंद्याचा तरी हायिस का रे?" म्हणून शिवा आसुड उगारून न्हाव्यावर धावला.

पण म्हातारीने त्याला अडवले. त्याचा आसुडाचा हात धरून ती म्हणाली, "शिवा, बाबा, जाऊ दे. माझीच चूक झाली. जा तू आपला मोटेकडे. वाटकुळची बैलं थांबलीत. जा कसा!"

शिवाचे रक्त उसळले होते. त्याचे सारे अंग लटलट कापत होते. तांबडेलाल डोळे न्हाव्यावर रोखून तो म्हणाला, "सुटलास सर्ज्या, पर ध्यानात धर, तुजी माझी बनली!"

गाय चारून परत आल्यावर बाजीबाबांना हे समजले. अपमानाने त्यांचे मस्तक फिरून गेले. 'न्हाव्यासारख्या माणसाने म्हातारीच्या अंगाला हात लावावा, वेडेवाकडे बोलावे, म्हणजे काय?' कुणाचे उणे उत्तरसुद्धा सहन न करणारा तो तेजस्वी ब्राह्मण संतापाने लाल झाला. शिवा दयाळाला त्यांनी विचारले, "अन् तू तेव्हा काय करत होतास? आईच्या अंगाला लावलेला हात खुब्यातनं का नाही उपसलास?"

"आईसाब आडव्या आल्या." खाली मान घालून शिवा म्हणाला.

"थांब. कुठाय ते न्हावगंड? ते मीच बघतो." एवढे बोलून सपाट्याने बाजीबाबा बांधाने खाली आले आणि न्हाव्याच्या घरासमोर उभे राहून ओरडले, "म्हाद्या!"

आवाजातली धार आणि स्वर ओळखून न्हाव्याची मंडळी हबकली. म्हादाचा धाकटा भाऊ पुढे आला आणि म्हणाला, "का वं बाबा? म्हादा मघा देशमुखवाडीला गेलाय."

बाजीबाबांनी रोखून त्याच्याकडे पाहिले.

"खरं सांगतो आहेस का हे?"

"अन्नाच्यान खरं! खोटं कशापायी सांगीन?"

"बराय. गाव सोडून तरी जायचा नाही!" एवढे बोलून बाजीबाबा घराकडे वळले.

गावात न्हाव्याच्या आणि बाजीबाबांच्या कुरबुरीची बातमी समजली. पंढरीचा वारकरी एका न्हाव्यावर का कोपला? पंचपदी म्हणताना सोडून कधीही एवढा वर न चढणारा आवाज का चढला? गावचे लोक म्हणाले, "सावकारकीनं न्हावीच उंडारलाय! त्येला कुनाची तमा उरली न्हाई. चूक त्येचीच असली पाहिजे. नाहीतर बामन वावगा जायचा नाही. देशमुखवाडीसनं परत आल्यावर चावडीवर बोलवा आन् लाथला गुलामाला!"

बाजीबाबा घरी परतले, तेव्हा स्वयंपाकघरातल्या भिंतीला टेकून म्हातारी उदासवाणी बसली होती. रडल्यामुळे तिचे डोळे लालभडक झाले होते. बाजीबाबा जवळ गेले आणि आईच्या खांद्यावर हात ठेवून दाटल्या घशाने म्हणाले, "आई, कशाला गेलीस त्या हजामाच्या रानात? लागलं का कुठं?"

म्हातारीच्या सुरकुतल्या गालावर अश्रू ओघळले!

"नाही, माझ्या बाबा. कुठून बुद्धी झाली मला चांडाळणीला! म्हटलं, संध्याकाळी बाजीला सोलाण्याची आमटी करावी. आवडती आहे त्याची. आणि गावचा न्हावी. आजपर्यंत आमच्या अन्नावर जगलेला. चार ढाळे उपसले, तर कशाला काय म्हणतोय?"

रंगुआजी रात्री कधीच जेवत नसत. बाजीरावांच्या आवडीसाठी त्या हरबऱ्यात गेल्या. बाजीबाबांना गहिवर दाटून आला. तळव्याने त्यांनी आईच्या गालावरले पाणी पुसून टाकले. वेडी माया! पोराच्या आवडी-निवडीसाठी म्हातारीला हजामाची बोलणी घ्यावी लागली. अपमान सहन करावा लागला. पाच वर्षांच्या मुलासारखे बाजीबाबा आईच्या कुशीत शिरले. त्यांचे अधू डोळे पाणी गाळू लागले. मुलाला उराशी कवटाळून म्हातारी म्हणाली, "बाजी, माझ्या पाडसा, नको मनाला लावून घेऊस!"

त्यानंतर दुसरे दिवशीची गोष्ट!

संध्याकाळ टळून गेली. रानातली गाईगुरे केव्हाच घरी परतली. अंधार दाटू लागला. निळ्या आभाळात चांदण्या चमकारे मारू लागल्या. रंगुआजीने बाजीबाबांच्यासाठी त्यांच्या आवडीची तीळ लावलेली बाजरीची भाकरी आणि वांग्याचे भरीत करून ठेवले होते. कर्र तिन्हीसांज झाली, तरी बाजी का आला नाही म्हणून तिने दरवाजात येऊन तीनतीनदा पाहिले. नाही नाही ते विचार तिच्या मनात येऊ लागले. आणि त्या तंद्रीतच तिने पायताण सरकावले, पांढऱ्या पातळाचा पदर डोक्यावरून ओढून घेतला आणि स्वयंपाकघराचे दार ओढून घेऊन ती मळ्याकडे

निघाली. न्हाव्याच्या घरापुढे शिवारात उभे राहून हळी द्यावी, निदान कुणी रामोश्याचे पोरठोर आढळले, तर त्याला पाठवून द्यावे, अशा विचाराने तिने पाऊल उचलले.

पाणी दिलेल्या जोंधळ्यातून येऊन गारवा अंगाला झोंबत होता. गवताचा आणि पिकाचा वास साऱ्या शिवारभर पसरला होता. काळोख होता तरी लुकलुकणाऱ्या चांदण्या वाट दाखवीत होत्या. हिरव्यागार, ओलसर बांधावरून बाजीबाबा गाईचा कासरा धरून घराकडे येत होते. न्हाव्याच्या घरातले दिवे बघून त्यांच्या मनातले अपमानाचे सल पुन्हा खुपू लागले. तो अपमान कशाने पुसेल? त्याच एका गोष्टीवर विचार करता-करता ते एकदम थबकले. चार-आठ वावांपलीकडे असलेले कुंपण ओलांडून न्हाव्याचे भुरे रेडकू वावरात येत होते. डोळे किलकिले करून बाजीबाबांनी नीट न्याहाळले आणि हातातले मनगटाहून जाड टिक्कार सरसावले. खालचा ओठ दाताखाली गच्च आवळून एक भलामोठा श्वास घेतला आणि आवेशाने ते टिक्कार भिर्र्रकन रेडकावर भिरकावले. रेडकाच्या हाडावर त्याचा खटकन आवाज झाला. मागे असलेल्या खिलारी गाईने दाव्याला हिसडा देऊन टाणकन उडी मारली. न्हाव्याचे रेडकू त्या सपाट्यासरशी वावरात आडवे झाले! ओरडले नाही का तडफडले नाही! गपगार!

"थुत रांडलेकाच्या!" असे ओरडून बाजीबाबा सपाट्याने पुढे झाले आणि रेडकापाशी जाऊन त्यांनी वाकून पाहिले.

– आणि त्यांच्या अंगातले अवसान एकाएकी गेले. काळजात धपकन् धपका बसला. "हरे राम!" असा हंबरडा फोडून ते मटकन खाली बसले!

बाजीबाबांच्या म्हातारीच्या मरणाची बातमी हां-हां म्हणता गावात पसरली. गावची माणसे आणि बाजीबाबांची भावकी चुड्या-पलिते घेऊन गावदरी मळ्यात जमली. त्यांना पाहताच म्हातारीच्या प्रेतावर पडून बाजीबाबांनी हंबरडा फोडला, तेव्हा ऐकणाऱ्यांची काळजे फाटली. 'एकाएकी म्हातारीला काय झाले? ती अशी रानात मरून कशी पडली?' हे विचार मंडळींच्या मनात आले नाहीत असे नाही, पण त्या वेळी कोण कसे विचारणार? डोक्याला टापऱ्या बांधून भावकी पुढल्या तयारीला लागली.

मध्यान रात्री करंज ओढ्याची वाळू आणि बाजूची करंजाची झाडे रंगुआजीच्या चितेच्या लाल प्रकाशात उजळून गेली!

सुन्नपणाने ओढ्यात न्हालेले बाजीबाबा उघडेबोडके आपल्या भयाण वाड्यात आले. स्वयंपाकघरातल्या दोन्ही दारांना त्यांनी आतून कड्या घातल्या आणि मुरमाडाच्या कठीण जमिनीवर 'विठ्ठलाऽऽ, या पाप्याने स्वत:ची आई आपल्या हातानं की रे मारली!' असे ओरडून उभ्याने धाडकन घालून घेतले.

काळ रात्र उजडून गेली. पूर्वेला मोहरले. बाजीबाबांच्या अंगणातल्या पेरूवर पाखरे जागी झाली. पिसारा फुलवून हळू चिवचिवू लागली. दावणीतली गाय पाय ताणून जागी झाली आणि बाजीबाबांच्या भूपाळ्यांसाठी कान टवकारून बसली.

अंगण झाडायला आलेल्या राणी महारणीने दोनचार हाका मारल्या आणि ओ आली नाही तेव्हा मुकाट्याने अंगण झाडले. बाजूच्या वैरणीच्या ढिगातल्या दोन पेंड्या वेढे सोडवून गाईपुढे टाकल्या आणि 'अगाई, गेली बामनाची म्हातारी! देवावानी हुती बिचारी!' असे म्हणत ती महारवाड्याकडे निघून गेली.

न्याहारीच्या वख्ताला शिवा दयाळ समाचारासाठी वाड्यात आला आणि त्याने बंद कवाडावर थाप टाकली.

"बाजीबाबा, अवो बाजीबाबा!"

आतून उत्तर आले नाही! शिवाने दार खडखडावले. आवाज उंचावला.

"बाजीबाबा!"

आत हालचाल झाली नाही!

एवढ्यात बाजीबाबांच्या भावकीतली चार कुलकर्णी मंडळीही आली. त्यांनीही हाका मारून पाहिल्या.

उत्तर नाही!

"बघा तरी!" चिंतायुक्त स्वराने शिवा बोलला, "दार मोडा. काय झालं ते तरा बघा!"

पहारा घालून दार मोडले आणि मंडळी आत गेली. स्वयंपाकघराच्या जमिनीवर बाजीबाबा पालथे पडले होते. चुलीपुढे झाकून ठेवलेला स्वयंपाक तसाच होता! शिवा पुढे झाला. त्याने अंगाला हात लावला आणि मंडळींकडे बघून तो म्हणाला, "आटोपला कारभार!"

बाजीबाबांना बघायला झाडून सारा गाव त्यांच्या वाड्यासमोर जमला. बायाबापडी, पोरेटोरे, गोरगरीब, म्हारपोरेसुद्धा हळहळली. ढसाढसा रडली.

"आईच्यामागं इळभरसुद्धा जीव ठिवला न्हाई म्हाताऱ्यानं! पुन्यवान पंढरीचा वारकरी त्यो!"

शिवा दयाळाने गावच्या भजनी मंडळींना सांगितले. भजनी मंडळी पुढे आली. पखवाज घुमू लागला. टाळ झडू लागले. भजनी मंडळी भरल्या आवाजात ओरडली, "पुंडलीक वरदा हरि विठ्ठल!"

प्रेतापुढे समोरासमोर उभी राहिलेली भजनी मंडळी पाय मागेपुढे करीत म्हणू लागली :

"विठ्ठल रुखमाई, विठोबा रुखमाई!
विठ्ठल रुखमाई, विठोबा रुखमाई!!
विठ्ठल रुखमाई, विठोबा रुखमाई!!!"

मागाहून सारा गाव जड पायाने जाऊ लागला. दावणीतली गाय दीनपणे हंबरू लागली.

पंढरीचा वारकरी हरिनामाच्या गजरात निघाला! रंगुआजीचा पुण्यशील पुंडलिक निघाला!! आईच्या चितेतला निखारा विझला नाही तोपर्यंत लाडका लेक मागून निघाला!!

म्हातारी रंगूआजी आणि मातृभक्त बाजीबाबा, मायलेकरे कायमची गेली! दोन पिकली पाने गळून पडली!!

बाजीबाबांच्या इस्टेटीची भावकीने वाटणी झाली. गावदरी मळा ज्याच्याकडे गेला त्याने म्हाताऱ्याने हाताने पाणी घालून वाढवलेल्या चिंचेखाली मायलेकरांच्या टुमदार समाध्या बांधल्या. गावदरीचा मळा 'मायलेकरांचा मळा' म्हणून ओळखला जाऊ लागला. मायलेकरांचा मळा धन्याच्या मरणाचे दुःख पोटात गिळून हिरव्या मायेने बहरू लागला. मायलेकराच्या मायेची हकिकत आल्यागेल्यांना सांगू लागला!

माझ्या खेड्याच्या पांढरीत उभे राहून उगवतीला नजर टाकली की, दोन गोफण-धोंड्यावर ती घुटमळते. मायलेकरांच्या मळ्यातली चिंचेची दोन सावळी झाडे विठोबा-रखुमाईच्या मूर्तीप्रमाणे डोळ्यात भरतात. त्यांच्या सावलीत दोन समाध्या आहेत. ऊनपावसाला स्वत: मस्तके देऊन ही दोन झाडे समाध्यांना निवारा देतात. कोवळी पाने, फुले, फळे अंगावर उधळतात. लगत असलेल्या विहिरीचा पाट समाधीच्या पायाच्या स्पर्शाने पवित्र होऊन उसाला, रताळ्यांना, मिरच्यांना पोसतो. बारा महिने तेरा काळ मायलेकरांच्या मळ्यातल्या हिरव्या मायेवर नजर ठरत नाही. पाहणाऱ्याचा पाय जागचा हलत नाही!!

■

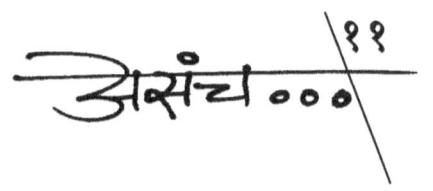

११ असंच...

रात्र झाली होती. बाहेर चिमधार पाऊस लागला होता. सारा महारवाडा त्या पावसाच्या माऱ्याखाली निपचित पडून राहिला होता. सारख्या कोसळणाऱ्या पावसाचा आवाज कानाला नकोसा वाटत होता आणि गारठा असा पडला होता की, एखाद्या जाड कांबळ्यात वा वाकळेत घुसमटून पडायला हवे होते; निदान पेटवलेल्या चुलीसमोर मांजरागत अंग उबवीत.

पण येसा खालीच एका पोत्याच्या तुकड्यावर पडली होती आणि लहानगा संदीपान तिच्या पाठीला माकडिणीच्या पोरासारखा चिकटला होता. पाठीच्या तेवढ्या भागाला उबारा मिळत होता. पुढल्या अंगाला मात्र थंडी बोचत होती, पण ती चुळबुळ करीत नव्हती. कारण तसे केले तर थंडी अधिक वाजते. एके जागी न हलता पडून राहिले, तर आपोआप ऊब मिळते. संदीपानच्या अंगात मात्र त्याला गुडघ्याच्या खाली येणारा अंगरखा होता; अगदी धडकंडका! त्याच्या बाह्या इतक्या लांब होत्या की, त्या बोटाखाली चांगल्या टिचभर लोंबत. छाती उघडी पडू नये, म्हणून येसाने बटनाच्या ऐवजी लहान-लहान चिंध्यांच्य तुकड्यांनी त्याची काजेही पक्की बंद केली होती. तो अंगरखा गावातल्या बामणाने दिला होता.

खोपटातली ती विचित्र शांतता पावसाचा आवाज. सर्दाळलेली हवा आणि बाहेरच्या भिजलेल्या उकिरड्याचा, छपरावरल्या काडाचा वास; पण येसाच्या ध्यानी या गोष्टी नव्हत्या.

पाटलाच्या घरी लगीन चालले होते. ताशेवाजंत्र्याचा कडकडाट चालला होता. चांगले कपडे केलेली माणसे धांदलीने इकडेतिकडे करीत होती. त्यांच्याकडे आशाळभूतपणे पाहत येसा जोत्याजवळ बसली होती आणि सारखी म्हणत होती, "दादा, आमाकडं बगा. आक्का, गरिबाकडे बगा!" मग लफ्फेदार लुगडे नेसलेली आणि चांगल्या दागिन्याने गौरीगत सजलेली पाटलीण नाकातली नथ उडवीत आली आणि तिने चांगल्या ओटाभर पुरणाच्या पोळ्या आणि काहीबाही येसाच्या पदरात टाकले.

ते सावरून तिला काही भराभर चालता येईना.

संदीपान डोळ्यांची सारखी उघडझाप करीत होता.

गेले कित्येक दिवस ठणठणीत असलेल्या ओढ्याला पाणी आले होते आणि शिदा महाराचा संबा, विठोबाचा इट्टली आणि संदीपान त्या लाल, गढूळ पाण्यात धबधब उड्या मारीत होती. आणि ओढ्याकाठच्या जांभळीखाली पावसाने पडलेल्या जांभळांचा नुसता सडा झाला होता. ती वेचून अंगरख्याच्या पुढच्या भागाच्या झोळीत टाकताना रंग लागत होता.

ती जांभळे त्याने कितीतरी खाऊन घेतली. जीभ तोंडाबाहेर काढून तिरप्या डोळ्याने पाहिले, तर ती अगदी गर्द जांभळी झाली होती.

त्याने डोळे उघडले आणि मिटले.

आईच्या पाठीवर आपले नकटे नाक घाशीत तो म्हणाला, "आय, आमाला जांभळं!"

येसाच्या हातून साऱ्या पोळ्या धुळीत पडल्या.

तिने डोळे उघडून पाहिले.

बाहेर पाऊस कोसळत होता आणि आत अगदी गडद अंधार भरून राहिला होता. पायाकडे टिपटिप आवाज येत होता. गळत असावे.

तिने खडबडीत हात संदीपानच्या पाठीवरून फिरवला आणि बोलली, "अरं, अंधार गुडुप पडलाया. दिवा दिकून लावला न्हाई!"

गडबडीने उठायला लागली, पण तसे उठता आले नाही. पूर्वीची चपळाई राहिली नव्हती. ती दिवसात होती. "अगं बया, बया!" करीत उठली. अंधारातच अचूक चुलीपाशी गेली. थोडीशी राख उकरताच्च आतला विस्तव चमकला. मग त्याच्यावर काटक्याकुटक्या घालून तिने दम लागेपर्यंत फुंकले, तेव्हा भडकून जाळ झाला.

खोपटातल्या अंधाराला भसका पडला आणि संदीपानने टक डोळे उघडले. चुलीवरला कडू तेलाचा दिवा उजळला. त्याने कोपऱ्यातला अंधार हुसकून लावला. संदीपानने हाक मारली, "आये!"

येसा अजून बसल्या जागेवरनं उठली नव्हती. तिला उठवतच नव्हते. कण्हल्या आवाजात ती बोलली, "काय रं?"

बाहेर कोसळणाऱ्या पावसाच्या घोषात संदीपानच्या ते कानी गेले की नाही कोण जाणे, पण तो धडपडून उठला आणि आईपाशी दोन्ही गुडघे पोटाशी घेऊन बसला. येसाने एकवार समोर पांढऱ्या मातीने सारवलेल्या भिंतीवर पडलेल्या दोघांच्या भल्यामोठ्या सावलीकडे पाहिले आणि मग गाडग्यांची उतरंड, फाटकी लक्तरे, गुंडाळून ठेवलेले बोचके, कोपऱ्यातली भलीमोठी लाकडे फोडायची कुऱ्हाड, हातातली वेळूची गुळगुळीत काठी, धुळीने भरलेला फाटका जोडा, या

सर्वांवरून फिरून तिची नजर स्थिर झाली – वरून एक-एक थेंब पडत होता. तळहाताएवढी जागा भिजून चिंब झाली होती.

संदीपानने अंगरख्याने आपले उघडे पाय झाकून घेतले. चूल पेटावी आणि त्या पिवळट लालसर जाळासमोर बसून शिजणाऱ्या कोरड्याचा वास घ्यावा असे त्याला वाटले.

"आये, जाळ कर की गं."

"बाबा माज्या, सर्पान न्हाय रं." आई बोलली.

चूल पेटवायची कशाला? दुपारी दिवस डोक्यावर आल्यावर गावात वरावरा फिरून तिने पसाभर जोंधळे आणले होते. ते भरडून त्यांच्या पातळ कण्या केल्या होत्या आणि मायलेकरांनी त्या पोटात ढकलल्या होत्या. संदीपानला बजावले होते, "आता राती काय न्हाई रं खायला!" आणि पुढे उपयोगी पडतील म्हणून जुन्या चिंध्या चिवडीत ती बसली होती. संदीपान बाहेर पडून मातीत खेळला होता. वाण्याच्या दुकानासमोर बराच वेळ उभा राहिला होता. चावडीमागल्या उकिरड्यावर काही सापडते का ते त्याने पाहिले होते. चार कागद आणि एक खिळा सापडला होता. ती दौलत त्याने इट्टलीला दाखवली होती. इतके करीपर्यंत संध्याकाळ झाली होती. एका पायावर लंगडी घालत-घालत तो घरी आला होता आणि पावसाला सुरुवात झाली होती.

येसा पोत्याच्या तुकड्यावर कलंडली होती आणि संदीपान तिला बिलगला होता.

चूल पेटवायची कशाला? आता काही शिजवायचे नव्हते! आईच्या उत्तराने संदीपानची निराशा झाली. आपले मिचमिचे आणि सुजके डोळे मोठे करून आणि तिच्या तोंडाजवळ तोंड नेऊन त्याने विचारले, "मग वड्याला पानी आलं अशील का? सकाळी आमी पवायला जानार!"

पण येसाने उत्तरच दिले नाही. तिचे चित्त त्याच्या बोलण्याकडे नव्हते. 'भगवाना!' म्हणून ती बसल्या जागी पुन्हा आडवी झाली.

छे! आडवी कुठली? बंडू बामणाच्या अंगणात खपल्याचा ढीग पडला होता. आणि उखळातल्या खपल्यावर जड मुसळाचे घावावर घाव ती टाकत होती. पारव्यासारखी घुमत होती. चोळी घामाने चिंब झाली होती आणि हात भरून आले होते. बंडू बामणाची सून सोप्यात कमरेवर हात देऊन उभी होती आणि म्हणत होती, "येसा, आपट लवकर. तुजा नवरा जेव्हा-तेव्हा म्हणायचा, "आक्का, माजी अस्तुरी लई कामाची. महारवाड्यातली एक महारीन तिच्यासंग टिकायची न्हाई!" " पलीकडे सावलीला डालपाटीत निजवलेला संदीपानचा तीन महिन्यांचा भाऊ सारखा किंचाळत होता.

संदीपानसुद्धा बोटे नाचवीत तिच्यापुढे पडला नव्हता.

रामोशवाड्याशेजारच्या चिंचेवर तो चढला होता आणि आंबटगोड मोहर ओरबाडून त्याचे गपागप गपांडे मारीत होता; आणि तांबूस, लुसलुशीत अशी

चिंचेची कोवळी पानेही काही कमी गोड लागत नव्हती!

खाली इट्टली उभी राहिली होती. तिच्या अंगावर फडकाही नव्हता आणि चोळीही. तोंड वर करून ती सारखी कोकलत होती, ''ए संद्या, मला टाक की रं थोडा मव्हर!''

अंधाऱ्या कोपऱ्यातून उठून एक डास गिरक्या मारीत-मारीत आला. संदीपान-येसाच्यावर गुणगुणत फिरू लागला.

उतरंडीच्या मागून एक वखवखलेला उंदीर हळूच बाहेर पडला. नाकपुड्या हलवीत, कान टवकारीत जमीन हुंगू लागला.

जरा वेळ गुणगुणून तो खिडमा डास नेमका संदीपानच्या गालावर बसला, आणि आपली टोकदार सोंड त्याने त्याला टोचली.

गाल चोळीत संदीपान एकदम उठून बसला आणि आईचे डोके हलवून म्हणाला, ''ए, ऊठ. आमाला भुका लागल्यात्यी!''

डोळे मिटूनच येसा म्हणाली, ''संदीपाना, भाकरी न्हाई रं. नीज आता. उद्या आन्....''

''मग कर की गं भाकरी. कितींदी झालं, खाल्लीये का? सारका भोपळा उकडलेला आन भाजी.''

येसाने पोराला कुरवाळले आणि समजुतीच्या स्वरात ती म्हणाली, ''व्हय रं माज्या लेकरा!''

दुसरे ती काय म्हणणार होती? 'तीन चपट्यांवर धारण आहे. गोरगरिबाला जोंधळा दृष्टीस पडत नाही. मोलमजुरी करणारा तुझा बापही आपल्याला सोडून निघून गेला आणि...'

पण या गोष्टी त्या पोराच्या बालबुद्धीला काय कळणार?

हटवादीपणाने तो पुन्हा बोलला, ''दे की गं! पोटात चावाय लागलंय.''

येसाने मनाचा धोंडा केला.

''पानी पे रांजनातलं म्हंजे ऱ्हाईल. शेना हाय माजा बाबा! पिट न्हाइ रं जुंदळ्याचं, न्हाईतर आता करून दिली असती भाकर!''

''मग नुसतं जुंदळं दे. मी खातो. बारीक चावून खाल्यावर भाकरीवाणी लागत्यात जुंदळं. दे!''

येसा यावर काही बोलली नाही. गप्पच राहिली. लेकराच्या पोटात घालायला कोरभर भाकरीसुद्धा नाही या जाणिवेने ती कष्टी झाली. अंधार होता. रात्र झाली होती. पाऊस कोसळत होता. कुठे बाहेर जायला येत नव्हते आणि बाहेर तरी कोण देणार होते? उपाशी मरणारी ती काय एकटीच होती? सारा महारवाडा, मांगवाडा, व्हरलवाडा हातावर पोट असलेले सारेच गोरगरीब पालापाचोळा खाऊन जगत होते.

''लई भुका लागल्यात्या. कायसुदीक न्हाई का गं?''

"न्हाई रं सोन्या. बग तुज्या हातानं. मी का लबाड बोलतिया?"

भुकेने वखवखलेले ते पोरगे उठले आणि सारे खोपट धुंडू लागले. मोकळी गाडगीमडकी, चिंध्या, डबकी, कोनाडे – सारे खोपट रिकामे होते. खाण्यालायक अशी काहीच वस्तू नव्हती. त्याने चिंध्या हुसकल्या. कोपरे धुंडाळले. उतरंडीचे एक गाडगे खाली पडून फुटले आणि साऱ्या घरभर खापरे झाली.

आणि आनंदाने संदीपान म्हणाला, "आई, घावलं मला खायाला!"

येसाने डोळे वर करून बघितले.

त्याच्या हातात एक धुळीने भरलेले हळकुंड होते. हलकेच त्याने ते पुसले आणि दिव्याजवळ येऊन त्या ज्योतीवर धरले. काळपटपिवळट हळकुंड तडतडले. त्याचा वास सुटला. त्या वासाने संदीपानच्या नाकपुड्या फुगल्या आणि भूक वाढली.

खरपूस भाजून झाल्यावर तो नीट बसला आणि ओल्या खोबऱ्याचा तुकडा खावा तसे ते हळकुंड थोडेथोडे मिटक्या मारीत त्याने संपवले.

त्याच्यावर गटागटा पाणी पिऊन त्याने अंगरख्याने तोंड पुसले आणि पुन्हा आईपाशी येऊन पडला.

दिव्यातले तेल संपले. वात तटतटू लागली. प्रकाश कमी-कमी होत एकदम विझला. पुन्हा चोहीकडे अंधार झाला.

बाहेर पावसाची झड जोरात येऊ लागली. कवाड वाजू लागले.

आणि एवढा वेळ सारे पाहत असलेली येसा संदीपानला पोटाशी धरून ढसढसून रडायला लागली.

"देवा, ह्यापरीस पटकीसारख्या एकांद्या रोगानं मारून का रं टाकलं न्हाई गरिबाला?"

– देव तिला मारून टाकणार नव्हता. उपाशी पोटाने ती अशीच खोपटात पडून राहणार होती आणि तिचे एकुलते एक, बापावेगळे पोरगे भुकेने वखवखून हळकुंड खाऊन झोपणार होते आणि ती आतडे तुटेपर्यंत ओरडून म्हणणार होती, "'देवा, ह्यापरीस पटकीसारख्या एकांद्या रोगानं मारून का रं टाकलं न्हाईस गरिबाला?"

हे असेच चालणार होते.

■

१२ त्याची गाय व्याली

लिंब. माणदेशातील एक खेडे. सात-आठशे वस्तीचे. ओबडधोबड रचनेचे. म्हणाल, तर दरिद्री, असुखी. म्हणाल, तर संपन्न आणि सुखी. शहरी वातावरणापासून कित्येक योजने दूर! अशिक्षित कुणब्यांचे, भोळसट महारांचे, कष्टाळू ढोरांचे आणि इमानी कुत्र्यांचे ते मायपोट तुम्ही-आम्ही पाहू तसे दिसेल. सुंदर वा गलिच्छ, समृद्ध वा दरिद्री, जसे मानाल तसे!

लिंबाच्या वेशीत शिरले की, पूर्वेकडे तोंड करून एक नीटस बांधणीचे घर आहे. चौकटीपुढे छप्पर घालून ते थोडे वाढवले आहे आणि त्या छपरात एका बाजूला दावण घालून गुरेढोरे बांधण्याची सोय केली आहे, पण गेली कित्येक वर्षे त्या जागेवर गुरे दिसत नाहीत.

रंडकी जिजा आणि तिचे एकुलते एक पोर रामा यांचे हे घर. जिजा पूर्वी गावात ढालगज आणि तोंडाळ म्हणून प्रसिद्ध होती, पण आता ती वयाने 'झाली' आहे. तिचा ढालगजपणा, तोंडाळपणा तिच्यापासून चालता झाला आहे. तिचा दादला नारायण पाटील हा एक कष्टाळू आणि सज्जन कुणबी होता. त्याच्या हयातीत जिजाने तूपसाखर खाल्ली होती. वीस-वीस रुपये किमतीच्या साड्या फाडल्या होत्या. लगीन होऊन बारा वर्षे झाली होती, तरी जिजाला पोर झाले नव्हते, पण नारायण पाटील कधी आपल्या बायकोला टाकून बोलला नाही. शेवटी रामा सहा महिन्यांचा पोटात होता तेव्हाच तो भला माणूस देवाघरी गेला! जिजा रंडकी झाली! उघड्या पडलेल्या लेकीला झाकण्याच्या निमित्ताने नाही तिथले भाऊबंद घारवंडासारखे उतरले. चारआठ वर्षे त्यांनी तिला लुटली. पिकल्या बोरीसारखी झोडपून खाल्ली आणि नुसता पाला आणि डहाळ्यांचा खराटा राहिला तेव्हा ते गुपचूप पसार झाले! जिजाच्या बळदांत जोंधळा उरला नाही. उतरंडीच्या गाडग्यात तांबडा पैसा उरला नाही. दावणीला दोन पायाचे कोंबडे राहिले नाही का रानात वीतभर तुकडा राहिला नाही. जिजा चहूबाजूंनी नागवली!

लाजलज्जा गुंडाळून जिजा आता चक्क मोलमजुरी करते. खुरपणे, भांगलणे, सुगीच्या दिवसात मोडणे, बडवणे, उपणणे – जिजा नाना कामे करते. त्यामुळे

तिला आणि रामाला दोन वखत ओलीवाळली भाकरी आणि लाज झाकण्यापुरती कापडाची धांदोटी मिळते. रामाही गुरे राखोळीने घेतो. महिन्याकाठी तीनचार रुपये मिळवतो.

एकदा त्याने नाव काढले, ''जिजा, एकांदी कालवड घेऊ या आपण. मी सांभाळीन. दुभतं होईल. नशिबात असलं, तर खोंड होईल सातआठशे किमतीचा.'' जिजालाही पोराचे बोलणे पटले. घराला गाईवाचून शोभा नाही. आणि लिंब हे खिलारी गाईबैलांविषयी प्रसिद्ध असलेले गाव! लिंबाची गाय वा खोंड ही उत्कृष्ट प्रतीची जनावरे असतात. केवळ एका गाईच्या वेतावर आणि दुभत्यावर तिथले लोक सधन झाले आहेत.

घरातले काही किडूकमिडूक आणि पै-पैसा करून साठविलेला कुणगा खर्ची घालून जिजाने एका ओळखीच्या माणसाला गळ घातली. हप्त्याहप्त्याने उरलेले देणे देण्याचा वायदा केला आणि त्याची गाभाडी कालवड आणून दावणीला बांधली.

ही अडीच-तीन वर्षांची कालवड चांगल्या अवलादाची होती. रंग बळीसारखा पांढराशुभ्र. मोठमोठे डोळे. शिंगे सरळ आणि टोकदार, खूर खोबऱ्याच्या पाठीगत काळेभोर! अंगापिंडाने ती एखाद्या माळठिसक्यागत होती. कुठे खुट्ट वाजले वा पाखरू उडाले, तरी ती टणकन उडी मारी.

जिजाने ती आणून बांधली त्या दिवशी रामाचा आनंद गगनात मावेना. तो हरखून गेला. त्याच्या पायाला पाय लागला नाही. त्याने कुणाकडून पेंडी आणून तिच्यापुढे टाकली. सतरादा तिच्या दोन्ही शिंगांच्या मध्ये खाजवले. कासेत हात घालून तिचे इवलेसे सड चिलबिलले. काळ्या लोकरीचा, पायाच्या अंगठ्याएवढ्या जाडीचा कंडा वळून तिच्या गळ्यात बांधला. आपल्या पुतळीला (हे रामाने तिचं ठेवलेलं नाव!) कुठे ठेवू आणि कुठे नको असे त्याला झाले. तीनतीनदा प्रश्न विचारून त्याने जिजाला बेजार केले.

''नानी (रामा आपल्या आईला नानी म्हणतो), आपल्या पुतळीच्या पाटीवर गोम हाय. गोम असल्यावर काय होतं गं?''

''काय नाही. शेणखाती, शेपटाकडनं तोंड करून असली तर काय बाट नाही!''

''नानी कास दिसताया गं?''

''आरं, अजून महिना-दीड महिनासुद्धा झाला न्हाई. कशी दिसंल कास?''

''म्होरल्या बाजाराला गेलीस म्हणजे पितळंची साखळी आण. आणि एक घुंगरू. पुतळीच्या गळ्यात घालू!''

''बराय आणू.''

''नाने, हा महिना कोणता?''

"शिमग्याचा! का रं?"

"पुतळीला हा दुसरा महिना. तिला व्यायला किती दिवस राहिलं?"

"आठ महिने. दिवाळीच्या वख्ताला!"

"नाने, खोंड होईल का गं?"

"बाबा माझ्या, मी का पोटात शिरलीया का रं तिच्या? पण हुईल. तिला खोंडच हुईल. गरिबाचं पांग नंदी देऊन फेडल ही गायत्री!"

रामा आईच्या बोलण्याने हरखला आणि पुतळीपाशी आला. समोरची पेंडी खाता खाता ती थांबली आणि त्याकडे पाहू लागली. रामाने तिच्या गळ्याखाली खाजवले. पुतळीने आपल्या खरखरीत जिभेने त्याचा हात चाटला!

लिंबातले लोक म्हणतात, "जिजा पाटलिणीचं पोर अजून लहान आहे, नकळतं आहे."

पण रामा लहान असला, तरी नाकळता मुळीच नाही. त्याला पुष्कळ कळते. तुम्हा-आम्हाला कळत नाही ते कळते. त्या खेडुत जीवनातील कितीतरी गोष्टींची माहिती त्याला आहे. जोंधळ्याचे कोवळे, पोटरीला न आलेले ताट खाल्ले, तर जनावर किडाळते. क्वचित मरते. घोड्याच्या पोटात दुखायला लागले म्हणजे 'घोडशेंदणी' हे फळ चारतात. लांडगा मेंढरू धरायच्या वेळी त्याला कान पकडून काही वेळ पळवतो आणि ते भेदरलेले मेंढरू आपोआप त्याच्यामागून धावू लागते. पलटणीत गेलेल्या माणसाचे कपडे पोस्टाने त्याच्या कारभारणीकडे आले म्हणजे तो माणूस लढाईत मेलेला असतो. जखम झाली, तर त्यावर दगडीचा पाला ठेचून बांधावा. गावानजीकच्या बारवेत भूत आहे. त्याच्या पायांची बोटे उलटी आहेत. खुरसुंडीची जत्रा पुशी पुनवेला असते. मागल्या वर्षी गांधीची टोपी घातल्यावर तालुक्याचा शिपाई मारायचा, पण आता तो घाबरतो. नाना गोष्टींची बिनचूक माहिती त्याला आहे. अर्थात त्याला कळत नाही म्हणण्यात काय अर्थ आहे? त्याला पुष्कळ कळते. तो रिठ्याहिंगणाने आपले मळलेले कुडते आणि पटका धुतो. लंगोटा लावून विहिरीत धडाधड उड्या ठोकतो आणि ओढ्याच्या मऊ वाळूत शिणेच्या पोरांबरोबर कुस्त्या खेळतो. पाचसहा मैलांवर असलेल्या बाजाराच्या गावी एकटा जातो.

कुणी काहीही म्हणो, रामाला पुष्कळ समजूत आहे. तो हुशार आहे!

दोनतीन महिने गेले आहेत. जिजाने गाय घेऊन दिल्यापासून त्याच्या साऱ्या समजूतदारपणाचा, हुशारीचा कल त्या उत्तम जनावराची सेवाचाकरी करण्याकडे झुकला आहे. रंडक्या आईचा तो एकुलता एक आधार ध्यान देऊन आपले गोधन पोसू लागला आहे. त्या भाबड्या पोराच्या साऱ्या आशा-आकांक्षा त्या मुक्या जनावरावर केंद्रित झाल्या आहेत. एवढ्या लहानव यात ही कष्टाळू वृत्ती विशेष नव्हे का?

रोज, लिंबाच्या पूर्वेला, दूरवर असणाऱ्या बोडक्या डोंगराआडून तांबडालाल सूर्यदेव वर यायच्या आतच रामा वाकळेखालून बाहेर पडतो. डोक्याला मुंडासे गुंडाळून बाहेर येतो. त्या वेळी पुतळी जागी असते. सकाळच्या प्रहराच्या थंड झुळका अंगावर घेत डोळे मिटून संथ बसलेली असते. त्या ताज्या झुळकींनी होणाऱ्या संवेदना अनुभवीत असते. आपल्या छोट्या धन्याची चाहूल लागताच ती उठते. शेपटाला पिरगळा मारून, अंग तणाणून आळस झाडते. कानाला कोके उभारून रामाकडे मान वळवून पाहते आणि 'हंबा' असा आखूड आणि दबका आवाज करते.

तिचा आशय रामाच्या ध्यानात येतो. तो तिच्यानजीक जातो आणि तिच्या पांढऱ्याशुभ्र पाठीवर एक बहालीदर्शक थाप टाकतो. पुतळी आपले पातळ कान थरथरवते. रामा तिच्या पुढ्यातले वैरणीचे बुडके उचलतो. तिच्याखालची जागा तुराट्याच्या खराट्याने साफसूफ करतो. पुतळी त्याच्या त्या हालचालीकडे कौतुकाने पाहत शेपूट वेळावत राहते. आपल्या छोट्या धन्याच्याएकी त्या मुक्या जनावराच्या जिव्हारातसुद्धा माया आहे, कृतज्ञता आहे! आणि ते रामालासुद्धा ठाऊक आहे. वैरणीच्या गंजीतून तो एक पांढरीशुभ्र, जाडजूड पेंडी काढतो. कुऱ्हाडीने तिचे लहान तुकडे करतो आणि तो भारा कवेत धरून पुतळीपुढे येतो. स्तनाला तोंड लावताना भुकेल्या बाळाची उडावी तशी पुतळाची धांदल उडते. ती वैरण पुढ्यात पडेपर्यंत तिला दम नसतो. रामाच्या कवेतच मुस्कट कोंबून ती एकदोन चिपाडे ओढून घेऊन खाऊ लागते. त्यावर कधी लटक्या रागाने रामा म्हणतो, ''अगं, पण दम आहे का नाही?''

सकाळच्या प्रहरीच रामा धोतर आणि लंगोटा घेऊन गावाबाहेरच्या विहिरीकडे अंघोळीला जातो. त्याने धोतर आणि लंगोटा तांबड्या रंगाने रंगविली आहेत. धोतरे रंगवली म्हणजे ती मळखाऊ होतात आणि पुष्कळ दिवस टिकतात, असे रामाचे मत आहे.

पोराच्या या मेहनती स्वभावाचे जिजालाही मोठे कौतुक वाटते. गावातल्या दहा पोरांसारखा तो उगीच कुठे टेलटिकऱ्या करीत फिरत नाही. उरूस-तमाशाच्या नादाने गावोगाव जत्रा हिंडत फिरत नाही. कुणाची भांडणे आणत नाही. या त्याच्या स्वभावाचे तिला खूप कौतुक वाटते. कर्तासवरता झाला की, बापाचे मागे तोंड फिरवून चालती झालेली घरातली लक्ष्मी हा पोरगा आपल्या हाताने पदर धरून पुन्हा घराकडे आणील याची तिला खात्री आहे. यामुळे ती लेकाच्या खाण्यापिण्याची उस्तवारी मोठ्या अपूर्वाईने करते. अपूर्वाई कशाची म्हणा, पण घरात असेल तोच कणीकोंडा रांधून वेळच्या वेळी त्याच्या मुखात पडेल याची काळजी ती नेहमी घेते.

सकाळी रामा अंघोळ करून आला की, पहिली भाकरी निखाऱ्याला उलटीपालटी करीतच जिजा त्याला म्हणते, ''रामा, आटप. घे पितळी. भाकरी झाली माझी!''

त्यावर रामा उत्तर देई, ''अगं पण जिजा, भुका तरी लागायला नकोत

एवढ्या एरवाळी?''

खरेतर जेवायला उशीर असायचा. कारण नुसत्या एका भाकरीने जेवण होत नसे. चार भाकरी बडवून झाल्यावर त्याच तव्यात चिगळंतांदळाची वा करड्यापात्रेची पालेभाजी चटणीमीठ घालून परतायचीही असायचीच; आणि हे हेरूनच रामा तसे म्हणायचा.

जिजाही तसे म्हणे खरे. पडत्या फळाची आज्ञा घेऊन रामाने पानावर बसावे असा त्याचा अर्थ मुळीच नसे. केवळ पोराच्या खाण्यापिण्याएकी मनोमनी असलेली तत्परता त्या शब्दावाटे बाहेर उडी घेई आणि तिला बरे वाटे एवढेच!

पण सकाळी दिवस कासरा-अर्धा कासरा आला नाही, एवढ्यात रामाचे जेवण होते. दुपारसाठी भाकरी बांधून घेऊन तो पुतळीला घेऊन रानात जातो. त्याच्या शिणेची काही पोरेही आपापल्या गाई-म्हशी त्याच्याबरोबर घेऊन जातात.

लिंबाच्या आसपास काळेभोर रान आहे. काही जिराईत आहे. काही बागाईत आहे. बागाईताचे बांध हमेशा हिरव्यागार हरळीने भरलेले असतात आणि जिराईतात पावसाच्या दिवसात शिपी, कुरडू, हरळी माजते. कुणाच्या पिकाची नासाडी झाल्याचा बोभाटा होऊ नये अशा काळजीने रामा आणि त्याचे सवंगडी गुरे चारतात.

गुरे चरत असतात. रामा आणि इतर गुराखी त्यांच्यावर लक्ष ठेवून काही बोलत असतात. ते हसतात. खेळतात. हुंदड्या मारतात. त्या रानावनात त्यांचे मन रिझविणाऱ्या कितीतरी गोष्टी आहेत.

विहिरीच्या कडेने उगवून आत झेपावणाऱ्या झाडोऱ्याला लोंबणारी सुगरणीची कोटी; हंड्या-झुंबरांसारखी, मोठ्या कसबाने विणलेली. ओढ्याच्या काठावर असलेल्या भल्यामोठ्या पिंपळावरील ढोलीत असलेली राघूची पिले; उंच असलेल्या घरातून हळूच माना डोकावून पाहणारी. पिवळ्याधमक फुललेल्या तरवाडावरून उडणारी छोटीमोठी फुलपाखरे, त्यांना 'टचकन' पकडून खाणारा हिरव्या रंगाचा मुका राघू! शीळ घालीत उडणारी चिमणी. पिकातून बेसावधपणे चालत असताना अगदी पावलाजवळून भुर्रकन उडून जाणारा लावा. गुरांच्या पावलाने उडणारे किडे खाण्यासाठी त्यांच्यामागून तुरुतुरु पळणारे, काटक्यांसारख्या पायाचे बगळे. निरनिराळ्या रंगांचे सरडे, गोमेसारखे दिसणारे, पण न चावणारे वाणी. कितीतरी गमती! शिवाय हंगामाच्या वेळी गाभुळलेल्या चिंचा पिकली बोरे, जांभळे!

दिवस डोक्यावर येऊन थोडासा कलला की, रामा आणि पोरे आपली गुरे वळवून जवळपास जिथे पाणी असेल तिथे नेतात. उन्हाने तापलेली गुरे लगोलग पाण्यावर पडतात. पोटभर पाणी प्यायल्यावर उन्हाचा तडाखा चुकविण्यासाठी एखाद्या झाडाच्या सावलीला डोळे मिटून रवंथ करीत बसतात.

पोरे शिदोऱ्या सोडतात. बहुतेकदा ज्वारी-बाजरीची एखादीदुसरी भाकरी आणि

तिच्यावर तांबड्या-काळ्या चटणीची बुचुकली, तोंडी लावायला गाजरे, भुईमुगाच्या शेंगा, कांदे असे काहीतरी एवढी त्यांची शिदोरी असते. एखाद्याच्या भाकरीवर निव्वळ तांबड्या मिरच्यांची पूडच असते. तो उठतो आणि पशातून पाण्याचा थेंब आणून तिच्यात सोडतो; आणि ओलावली म्हणजे उन्हाने कडंगलेली भाकरी तिच्याबरोबर खातो.

उन्हाचा तडाखा कमी झाल्यावर घंटा-दोन घंटा गुरे चारून सारीच दिवस मावळायला परत घरी येतात.

दिवसामागून दिवस चालले आहेत. पुतळीच्या पोटातला गर्भ दिसामासाने वाढतो आहे. तिचे पोट आता मोठे दिसते. कासेचा झोळही सुटलेला दिसतो. रंग अधिक पांढरा दिसतो. अंगाने ती आता थोडी जड झाली आहे.

लिंबातले कुणबी रामाची गाय पाहून सुखावतात. म्हणतात, "झ्याक राखलीये पोरानं गाय!"

रामाला मूठभर मांस चढल्यासारखे वाटते.

पुतळीत होत गेलेला सूक्ष्म फरक त्या चाणाक्ष पोराच्या नजरेतून सुटत नाही. तो एक-एक महिना मोजतच आला आहे. त्याची अधीरता वाढतच आली आहे. पुष्कळ वेळा त्याने जिजाशी हुज्जत घातली आहे.

"जिजा, हा महिना सातवा असंल. तू मोजायला चुकलीस!"

"अरं, माज्यापरीस तूच शहाणा काय? हे बघ, शिमग्याच्या महिन्यात घेतली... शिमगा एक, चैत्र दोन, वैशाख तीन, जेष्ठ..."

"अगं, पण पोट आणि कास इतकी कशी?"

"वेड्या, तुझ्या डोळ्याला दिसतीय जास्त!"

जिजाचे म्हणणे पुष्कळसे खरे आहे. रामाला अत्यंत उत्सुकता लागून राहिली आहे. एखादे फुलझाडाचे रोपटे लावले म्हणजे रोज सकाळी उठून त्याला कोंब फुटला का? नवे पान आले का? कळी आली का? फूल फुलले का? म्हणून जसा लावणारा अधीरतेने पाहतो, तसे तो करतो.

अलीकडे रानात गाय बांधाला लावून बसल्या-बसल्या रामाची एखाद्या वेळी तंद्री लागते. आणि....

पुतळीच्या मागोमाग एक पांढरेफेक वासरू बागडू लागते. आईच्यापेक्षा सवाई देखणे! अति अवखळ. आईच्या कासेला ते अशा ढुशा मारते की पुतळी, कावून जाते; पण तिची आपल्या लेकरावर माया असते. ते पिऊ लागले की, ती त्याचे अंगन्‌अंग आपल्या खरबरीत जिभेने चाटून-पुसून घेते.

हळूहळू वासरू मोठे होते. त्याचा मूळचा पांढराशुभ्र रंग बदलून कोसा होतो.

अंगातली रग आणि मस्ती वाढते. माथ्यावर नवीन उगवू लागलेली लहान शिंगे हुळहुळू लागल्याने ते आईच्या फऱ्याला उगीचच ढुशा देते. लवकरच ते वाढते. त्याला चांगली शिंगे येतात. अंगावर मांदे चढते. गोल गरगरीत वशिंडावर ते माशीसुद्धा बसू देत नाही.

खोंड एवढा झकास सांभाळल्याबद्दल रामाची जो तो तारीफ करतो. रामाचा खोंड साऱ्या लिंबात उजवा ठरतो.

ठिकठिकाणच्या जत्रेत उत्तम जनावर म्हणून रामाच्या खोंडाला बक्षिसे मिळतात.

खरसुंडीच्या गुराच्या मोठ्या बाजारात रामा आपला खोंड विकण्यासाठी घेऊन जातो. त्याने जरीचा लाल पटका गुंडाळलेला असतो. अंगात मखमली अंगरखा घातलेला असतो. करवतकाठी धोतर नेसलेले असते. स्वत:प्रमाणे त्याने आपला खोंडही सजविलेला असतो. गळ्यात पितळेची साखळी, नाकात रंगीत वेसण, शिंगाच्या बाजूला रंगीत गोंडे आणि पाठीवर तांबडीलाल, भिंगे लावलेली झूल!

मोठी-मोठी गिऱ्हाइके रामाचा खोंड पाहून खुळी होतात; आणि मग एक गिऱ्हाईक दीड हजार रुपये देऊन खोंड विकत घेते. रामा ओल्या डोळ्याने नोटा मोजून घेऊन खोंड देतो.

लिंबाला माघारी येतो. खोताकडे गहाण असलेली जमीन सोडवून घेतो.

उरलेल्या पैशातून दोन साधारण प्रतीची बैले घेतो आणि मोठ्या बारकाव्याने आपला मळा पिकवू लागतो. खंडी-खंडी माल घरी येतो. जिजा नटते. मनमुराद खायला मिळाल्यामुळे पुतळी हत्तीसारखी होते. दरम्यान झालेली तिची दोन खोंडेही जुपायला येतात!

झाडाच्या सावलीला बसून रामा हे स्वप्न नेहमी पाहतो. मनाला वाटेल तितके ते लांबवतो. त्याच्या या स्वप्नाला धरबोळ नाही. हे स्वप्न तो केवळ त्या खिलारी गाईवर आणि तिच्या पोटातल्या गर्भावर उभारतो. या स्वप्नाच्या गुंगीतून तो जेव्हा सावध होतो तेव्हा त्याचे मन विलक्षण प्रसन्न झालेले असते. त्या प्रसन्नतेनेच तो आजूबाजूला नजर फिरवतो.

समोर हिरव्यागार गवतात त्याची सुलक्षणी गाय संथपणे चरत असते.

तो हळूच उठतो आणि तिच्याजवळ जातो. तिच्या अंगावरून हात फिरवतो. ती खाणेपिणे थांबवून मान उचलून त्याच्याकडे पाहते. रामा तिच्या गळ्यात गळा घालतो आणि एखाद्या समजूतदार माणसाला म्हणावे तसे तिला म्हणतो, ''पुतळे, माझी सारी मदार तुझ्यावर!''

उपणताना भुस्कट उडावे तसे दिवसरात्र उडून गेले आहेत. चालले आहेत. पुतळीला भराभर दिवस जात आहे. रामाची उत्कंठा वाढते आहे. त्याचे स्वप्न लांबते

आहे. पुतळीला खोंड होणार, ते विकून पैसे मिळविणार, खोताकडे गहाण असलेली जमीन सोडविणार आणि चांगला गबर शेतकरी होणार, ही त्याची आकांक्षा लवकरच पुरी होणार म्हणायची.

हा कार्तिक महिना आहे. दिवाळी चालू आहे. लिंबातल्या शेतकऱ्यांच्या घरोघर तळणे चालू आहे. कडबोळी-धपाटी यांचा खमंग वास दरवळून राहिला आहे. जिजानेसुद्धा कडबोळी-धपाटी केली आहेत, राळ्याच्या सारणाचे कानवलेही केले आहेत.

लिंबातल्या शेतकऱ्यांच्या काही पोरांनी तालुक्याच्या गावाहून उकळीची दारू आणली आहे. कनकावळे, आपटबार आणले आहेत. त्यांचे बार निघतात. खेड्यात आनंद भरला आहे.

दिवाळीचे चार दिवे झाले आहेत. पुतळी दिवसात आहे. ती आता सुस्तावली आहे. रामा नेहमी तिच्याभोवती घोटाळत असतो. काल रात्री तर मध्यान्हीचाच उठून तो बाहेर गेला. कवाड वाजले आणि जिजा जागी झाली. आत येणाऱ्या रामाला तिने विचारले, ''काय रं रामा?''

रामा म्हणाला, ''काय नाही, पुतळीला बघून आलो. आज-उद्या एवढ्यात ती वील!''

जिजा मनात म्हणाली, 'वेडंच लागलंय पोराला. एक नाद घेतला म्हणजे एकच!'

रामाने विचारले, ''नानी, वेत नीट होईल का गं?''

जिजाला वाटले, काय ही बालबुद्धी! भविष्यात अमुकच होईल म्हणून कुणी सांगावे? पण तसे बोलायचे कसे?

''होय, सगळं नीट होईल!''

''वार पोटात राहणार नाही ना? राहिली म्हणजे वाईट!''

''अरं, मी तुझी आई मस्त खंबीर आहे तिची उसाभर करायला. मी काय आज बघतिया गाईचं वेणं? गुराढोरांच्या उस्तवाऱ्या करताकरता निम्मा जन्म गेला माझा!''

''नानी, रात्री-अपरात्री व्यायला लागली, तर मला जागं कर!''

''करीन माझ्या बाबाला. नीज आता.''

रामा गप झाला. जिजाला डोळा लागला.

कालची रात्र अशी गेली आणि आजही संबंध दिवस रामा पुतळीच्याभोवती घुटमळत होता. ती तोंडही लावत नव्हती, तरी बळे-बळे गवताचा ढीग तो तिच्यापुढे टाकीत होता. दिवस मावळला. घरोघर पणत्या लागल्या. बार उडू लागले. पोरे खिदळू लागली. रामानेही आपल्या घरापुढे पणत्या लावल्या.

मोळाने विणलेली नागाची फडी घेऊन पोरे गाईला ओवाळायला आली. रामाच्या दारापुढे उभी राहून म्हणू लागली :

''दिन दिन दिवाळी, गाईम्हशी ववळी
गाईचा पाडा, भरला वाडा....''

गाण्याची लांबड म्हणून झाल्यावर ती ओरडली, ''हं रामाची आई, द्या खोबऱ्याची वाटी!''

पहिल्या दिवसापासून गावातली ही मोळाची बैठक विणतात. त्यावर दिवा ठेवतात. त्या दिव्याच्या पाठीमागे नागाची फडी असते. प्रत्येक दिव्याला एक-एक फडी वाढत जाते. आज पाच फड्या पुऱ्या झाल्या होत्या. आज शेवट. सर्वांकडून खोबऱ्याच्या वाट्या उकळायच्या होत्या आणि वाटून घेऊन खायच्या होत्या.

त्यातले एक पोर म्हणाले, ''रामा, गाय वेणार गड्या आज-उद्या! चैन आहे की दुधाची!''

दुसरे म्हणाले, ''कुठलं दूध खोंड झाल्यावर? त्याचं पोट भरून राहील तेव्हा ते रामाला!''

''पण काहीही म्हणा, रामाचा दाब आहे!''

सगळी पोरे हसली. रामाही हसला.

घरातून गोठ्यात, गोठ्यातून घरात – रामाच्या सारख्या येरझाऱ्या चालल्या होत्या. पुतळी सारखी ऊठ-बस करीत होती. ती पैलारू कालवड अवघडली होती. रामाकडे पाहून तीनतीनदा हंबरत होती. रामा तिला गोंजारत होता. कुरवाळत होता.

शेवटी तो अंथरुणावर पडला. जिजाने दार लावून घेतले आणि दिवा मालवला. गडद अंधार झाला!

रामाला झोप लागता लागेना. डोळे उघडे ठेवून तो या कुशीवरून त्या कुशीवर होत होता. खेड्यात सामसूम झाली होती. रामा जागा होता.

बाहेर धडपड झाली की, त्याचे काळजी लटकन उडे आणि तो हाक मारी, ''नाने!''

झोप लागलेली नानी जागी होई आणि विचारी, ''काय रं?''

''पुतळी धडपडतीया. बघ बरं!''

जिजा उठे आणि दिवा लावून बाहेर येई.

पुतळी बसलेली असे. कान उभे करून ती जिजाकडे पाही.

जिजा म्हणे, ''पोरा, नाही अजून. आजची रात जाईल. लईलई तर पहाट तरी होईल!''

आणि मग ती दोघेही आत येऊन पुन्हा अंथरुणावर पडत.

हा प्रकार एकदोनदा झाला.

त्या हुरहुरीतच रामाचा डोळा लागला. जिजाचाही!

दचकून तो जागा झाला. दिव्याचा मंद उजेड पडला होता. जिजा घुरुघुरु घोरत होती. रामा हळूच उठला. दिव्याची वात पुढे सारून त्याने तो हातात घेतला आणि

त्याची गाय व्याली । १०३

तो बाहेर आला.

दिवा उचलून धरून त्याने पाहिले. त्याचे काळीज धडधडू लागले. पुतळीने त्याच्याकडे पाहिले. तिला बिलगून तिचे बाळ पाय दुमडून बसले होते. दबल्या आवाजात पुतळी ओरडली, "हंबा!"

रामाची चाहूल लागताच ते पोर धडपडून उठले आणि आपल्या लांबलचक तंगड्या फाकून उभे राहिले. कान टवकारून आणि नाक वर करून रामाकडे पाहू लागले!

रामाचा दिवा धरलेला हात थरथर कापत होता. हळूहळू तो पुढे होत होता. जवळ जाऊन पाहिले मात्र –

पिकलेले कलिंगड हातातून सुटून फरशीवर पडावे तसे त्याच्या काळजाचे झाले!

गपकन तो माघारी वळला आणि पळतच दार उघडून आला. हातातला दिवा हिंदळक्याने मालवून गेला. तो खाली टाकून, वाकळेत घुसमडून रडत हुंदके देऊ लागला. त्याला भडभडून आले!

जिजा जागी झाली. घाबऱ्या-घाबऱ्या अंधारात त्याला धरून ओरडली, "रामा, काय झालं रं सोन्या? काय चावलं का काय?"

हुंदके देत-देतच रामा म्हणाला, "पुतळी व्याली. कालवड झाली!"

हे ऐकून क्षणभर जिजासुद्धा गप्प झाली. 'कालवड झाली? पुतळीला खोंड झाला नाही? तिच्या जिवावर केवढ्या उड्या! केवढी मनोराज्ये! आणि अखेर कालवड झाली; खोंड झाला नाही!'

रामाच्या टाळूवरनं हात फिरवीत जिजा गहिवरून म्हणाली, "रामा, माझ्या सोन्या, अरं, आपल्या कर्मात नाही! आपलं दळिंद्र अजून सरलं नाही!"

–पहाट झाली आहे. कोंबडे आवरत आहेत. सारे लिंब जागे झाले आहे. उकळीआपटबारांचे आवाज होत आहेत. घरोघरी प्रकाश दिसतो आहे. घरोघर आनंद खळखळतो आहे.

जिजा-रामाच्या घरात मात्र उदासीनता आहे!

■